ANG KUMPLETO NA GABAY SA IRISH LUTUIN

Mula Dublin hanggang Donegal: pag-unlad ang sining ng Irish lutuin

María Luisa Medina

Copyright Material ©2024

Lahat ng Karapatan ay Nakalaan

Walang bahagi ng aklat na ito ang maaaring gamitin o ipadala sa anumang anyo o sa anumang paraan nang walang wastong nakasulat na pahintulot ng publisher at may-ari ng copyright, maliban sa mga maikling sipi na ginamit sa isang pagsusuri. Ang aklat na ito ay hindi dapat ituring na kapalit ng medikal, legal, o iba pang propesyonal na payo.

TALAAN NG MGA NILALAMAN

TALAAN NG NILALAMAN 3
PANIMULA 6
ALMUHAN 7
   1. Irish omelet 8
   2. Irish oatmeal 10
   3. Irish potato pancake 12
   4. Wicklow pancake 14
   5. Tradisyunal na Irish na almusal 16
   6. Irish breakfast scones 18
   7. Irish breakfast sausage 20
   8. Irish Potato Boxty 22
   9. Irish Deviled Eggs 24
   10. Egg Salad Sandwiches Irish Style 26
MGA APETIZER AT MERYENDA 28
   11. Itim na puding 29
   12. Irish Cheese Dip 31
   13. Irish coffee muffins 33
   14. Irish Nachos na pinangungunahan ni Reuben 35
   15. Guinness corned beef slider 38
   16. Guinness glazed meatballs 41
   17. Irish Pasties 43
   18. Irish Sausage Rolls 46
MGA SCONE AT TINAPAY 49
   19. Savory Cheese Scones 50
   20. Irish Soda Bread 52
   21. Irish Wheaten Bread 54
   22. Irish o Dublin Coddle 56
   23. Tinapay na Irish na may kulay-gatas 58
   24. Irish farmhouse na tinapay 60
   25. Irish na oatmeal na tinapay 62
   26. Irish yogurt bread 65
   27. Irish whole wheat soda bread 67
   28. Irish beer bread 69
   29. Irish barmbrack bread 71
   30. Irish freckle bread 73
   31. Tinapay na pampalasa 76
PANGUNAHING KURSO 78
   32. Irish Champ 79
   33. Colcannon na may repolyo o kale 81
   34. Spelling at Leeks 83
   35. Bakalaw na may safron at kamatis 85

36. KALAPATI AT MATABA 87
37. LAMB HOT POT 89
38. SABAW NG MANOK NA MARAMING MAGAGANDANG BAGAY 91
39. ROMAN CHICKEN AND CHIPS NA MAY ROSEMARY AT THYME 93
40. ONE-POT PASTA WITH TOMATO AND CHORIZO 95
41. REPOLYO AT BACON 98
42. BAKED STUFFED HERRING 100
43. NILAGANG KINTSAY 102
44. LIMANG SPICE CRUSTED SALMON NA MAY SAUERKRAUT 104
45. GARLIC MACKEREL 107
46. HOT BUTTERED MUSSELS 109
47. IRISH CINNAMON POTATOES 111
48. IRISH LOIN NG BABOY NA MAY LEMON AT HERBS 113
49. IRISH NA BABOY SA MATABA NA MAY MGA PAMPALASA 115
50. TROUT BAKED IRISH STYLE 118

SINGA AT SABAW 120
51. IRISH LAMB STEW 121
52. INIHURNONG PARSNIPS IRISH STYLE 123
53. IRISH SEAFOOD CHOWDER 125
54. BEEF AT GUINNESS STEW 127
55. IRISH-MEX POT ROAST 130
56. NILAGANG MANOK NA MAY DUMPLINGS 132
57. CREAM NG MUSSEL NA SOPAS 135
58. DUBLIN NILAGANG BABOY 137
59. SARIWANG PEA SOPAS 139
60. INSTANT IRISH CREAM NG POTATO SOUP 141
61. SINGKAMAS AT SOPAS NG BACON 143

MGA KODIMENTO 145
62. IRISH SPICE BAG 146
63. GINGER MARMALADE 148
64. SPAGHETTI SAUCE, IRISH STYLE 150

MGA DESSERTS 152
65. IRISH YELLOW MAN 153
66. CHOCOLATE FUDGE PUDDING NA MAY TOASTED HAZELNUTS 155
67. INIHAW NA RHUBARB 158
68. CARRAGEEN MOSS PUDDING 160
69. BREAD AND BUTTER PUDDING 162
70. NASUNOG NA DALANDAN 164
71. IRISH CREAM CAKE 166
72. BAILEYS IRISH CREAM TRUFFLES 168
73. CHICKEN AT LEEK PIE 170
74. COD COBBLER 172
75. GLAZED IRISH TEA CAKE 174

76. Green Irish whisky sour jelly 177
77. Irish chocolate cake 179
78. Irish coffee torte 181
79. Irish cream frozen yogurt 183
80. Irish creme pumpkin pie 185
81. Irish jig dessert 187
82. Irish lace cookies 189

IRISH DRINKS **191**

  83. Packy's Irish Coffee 192
  84. Irish Coffee 194
  85. Clondalkin Snug 196
  86. Ang Ha' Penny Bridge 198
  87. Campbell's Ginger 200
  88. Klasikong Irish na kape 202
  89. Irish coffee-eggnog punch 204
  90. Irish smoothie 206
  91. Kahlua Irish Coffee 208
  92. Bailey's Irish Cappuccino 210
  93. Magandang Old Irish 212
  94. Bushmills Irish Coffee 214
  95. Black Irish Coffee 216
  96. Creamy Irish Coffee 218
  97. Old Fashioned Irish Coffee 220
  98. Kape ng Rum 222
  99. Dublin Dream 224
  100. Whisky Shooter 226

KONKLUSYON **228**

PANIMULA

Céad mile failte ! Maligayang pagdating sa "ANG KUMPLETO NA GABAY SA IRISH LUTUIN," ang iyong pasaporte sa pag-master ng sining ng Irish cuisine mula Dublin hanggang Donegal. Ang gabay na ito ay isang pagdiriwang ng mayamang culinary heritage ng Ireland, na nag-aalok sa iyo ng isang komprehensibong paglalakbay sa pamamagitan ng mga tradisyonal na pagkain, panrehiyong lasa, at ang init ng Irish na mabuting pakikitungo. Samahan kami sa isang gastronomic adventure na nagdadala ng puso at kaluluwa ng Irish na pagluluto sa iyong kusina.

Isipin ang isang mesa na puno ng masaganang nilaga, perpektong inihurnong soda na tinapay, at masaganang, indulgent na dessert—lahat ay inspirasyon ng magkakaibang tanawin at kultural na impluwensya ng Ireland. Ang "ANG KUMPLETO NA GABAY SA IRISH LUTUIN" ay hindi lamang isang koleksyon ng mga recipe; ito ay isang paggalugad ng mga sangkap, diskarte, at kuwento na ginagawang kakaiba at minamahal na tradisyon ang lutuing Irish. May pinagmulan ka mang Irish o pinahahalagahan ang kaginhawahan at lasa ng lutuing ito, ang mga recipe na ito ay ginawa upang gabayan ka sa mga sali-salimuot ng pagluluto ng Irish.

Mula sa mga classic tulad ng Irish stew at colcannon hanggang sa mga kontemporaryong twist sa seafood at dessert, ang bawat recipe ay isang pagdiriwang ng pagiging bago, simple, at heartiness na tumutukoy sa mga pagkaing Irish. Nagpaplano ka man ng isang maligaya na kapistahan o isang maaliwalas na hapunan ng pamilya, ang gabay na ito ay ang iyong mapagkukunan para sa pagdadala ng tunay na lasa ng Ireland sa iyong mesa.

Samahan kami habang binabagtas namin ang mga culinary landscape ng Dublin hanggang Donegal, kung saan ang bawat paglikha ay isang testamento sa makulay at magkakaibang mga lasa na ginagawang ang pagluluto ng Irish na isang itinatangi na tradisyon sa pagluluto. Kaya, isuot ang iyong apron, yakapin ang diwa ng Irish na mabuting pakikitungo, at magsimula tayo sa isang paglalakbay sa pagluluto sa pamamagitan ng "ANG KUMPLETO NA GABAY SA IRISH LUTUIN."

BREAKFAST

1. **Irish omelet**

Gumagawa: 2 Servings

MGA INGREDIENTS:
- 6 maliliit na itlog
- 1 Lg. nilutong patatas; minasa
- Pigain ang lemon juice
- 1 kutsarang tinadtad na chives o scallion
- Asin at paminta
- 1 kutsarang Mantikilya

MGA TAGUBILIN:
a) Paghiwalayin ang mga itlog at talunin ang mga yolks: idagdag sa niligis na patatas, ihalo nang maigi, pagkatapos ay idagdag ang lemon juice, chives, at asin at paminta. Matunaw ang mantikilya sa omelette pan.

b) Talunin ang mga puti ng itlog hanggang sa matigas at ihalo ang mga ito sa pinaghalong patatas. Lutuin ang pinaghalong hanggang sa ginintuang, pagkatapos ay tumakbo sa ilalim ng broiler upang matapos at puff ito. Ihain nang sabay-sabay.

2. <u>**Irish oatmeal**</u>

Gumagawa: 4 Servings

MGA INGREDIENTS:
- 4 tasang Tubig
- 1 kutsarita ng Asin
- 1 tasang Steel-cut Oats (Irish Oats)
- 4 na kutsarita ng Brown Sugar

MGA TAGUBILIN:

a) Sa isang medium saucepan sa medium-high heat, pagsamahin ang tubig at asin. Pakuluan. Dahan-dahang idagdag ang mga oats, patuloy na pagpapakilos.

b) Bawasan ang init sa mababang at kumulo. Haluin nang madalas hanggang masipsip ang tubig at mag-atas ang mga oats, mga 30 minuto. Hatiin ang nilutong oats sa 4 na mangkok. Magwiwisik ng 1 kutsarita ng brown sugar sa bawat mangkok ng oats. Ihain kaagad

3. Mga pancake ng Irish na patatas

Gumagawa: 8 servings

MGA INGREDIENTS:
- 1 tasang mashed patatas
- 2 tasang harina
- 1 kutsarita ng Asin
- 1 kutsarang baking powder
- 2 pinalo na itlog
- 1 tasang Gatas
- 4 na kutsarang Light corn syrup
- 1 kutsarang Nutmeg

MGA TAGUBILIN:
a) Paghaluin ang lahat ng sangkap. Talunin ng mabuti.
b) Maghurno sa isang greased griddle hanggang kayumanggi sa magkabilang panig.

4. **Wicklow pancake**

Gumagawa: 4 na servings

MGA INGREDIENTS:
- 4 na itlog
- 600 mililitro ng Gatas
- 4 ounces Mga sariwang breadcrumb
- 1 kutsarang Parsley, tinadtad
- 1 kurot Tinadtad na thyme
- 2 kutsarang tinadtad na chives o scallion
- 1 x Asin at paminta
- 2 kutsarang Mantikilya

MGA TAGUBILIN:
a) Talunin nang bahagya ang mga itlog, pagkatapos ay idagdag ang gatas, breadcrumbs, herbs at seasonings, at haluing mabuti.
b) Init ang 1 kutsara ng mantikilya sa isang kawali hanggang sa bumubula, pagkatapos ay ibuhos ang halo at lutuin sa mahinang apoy hanggang sa ito ay maging kayumanggi sa ilalim at ilagay lamang sa ibabaw.
c) Ilagay sa ilalim ng grill para matapos.
d) Ihain ang hiwa sa mga wedge na may isang knob ng mantikilya sa bawat bahagi.

5. **Tradisyunal na Irish na almusal**

Gumagawa: 4 Servings

MGA INGREDIENTS:
- 8 hiwa ng Irish Bacon
- 4 Irish Sausages
- 4 na hiwa ng Black Pudding
- 4 na hiwa ng White Pudding
- 4 na Itlog
- 4 medium na kamatis; Hinahati
- 4 Soda Farls
- Asin at paminta para lumasa

MGA TAGUBILIN:
a) Ilagay ang mga sausage sa kawali at lutuin hanggang kayumanggi sa lahat ng panig. Magprito ng mga kamatis na may mga hiwa ng puding sa bacon drippings.
b) Painitin ang soda bread sa mga drippings hanggang sa toasted. Magluto ng mga itlog ayon sa gusto at ilagay ang lahat ng inihandang pagkain sa isang plato upang ihain nang mainit.
c) Ang lahat ng karne ay maaaring inihaw, sa halip na pinirito, ngunit gagawin mo maluwag ang pampalasa mula sa mga dripping para sa mga itlog at soda bread.

6. **Irish breakfast scone**

Gumagawa: 16 servings

MGA INGREDIENTS:
- 1½ tasa Whole wheat pastry flour
- ⅓ tasa ng wholemeal na harina
- ¾ tasa ng trigo bran
- 1 kutsarita ng baking powder
- 2 kutsarang Soy margarine
- 2 kutsarang Corn syrup
- 1 tasa ng patatas o soy milk

MGA TAGUBILIN:
a) Paghaluin ang mga tuyong sangkap. Magdagdag ng margarine at haluing mabuti. Idagdag ang syrup at sapat na gatas upang makagawa ng maluwag na masa. Lumiko sa isang floured board at masahin hanggang makinis.
b) Pagulungin sa isang parisukat na may kapal na humigit-kumulang ¾ pulgada. Gupitin ang kuwarta sa kalahati, pagkatapos ay sa quarters at pagkatapos ay sa walo.
c) Maghurno sa isang lightly floured baking sheet sa 400F para sa humigit-kumulang 20 minuto. Palamigin sa isang wire rack. Hatiin at ihain kasama ng buong preserve ng prutas.

7. <u>Irish breakfast sausage</u>

Ginagawa: 1 Servings

MGA INGREDIENTS:
- 2½ tasa sariwang puting tinapay c r umbs
- ½ tasang Gatas
- 2½ pounds Lean na baboy
- 2½ libra Ang tiyan ng baboy o matabang butt ng baboy, pinalamig
- 1 kutsara Plus
- 2 Kutsarita ng asin
- 2 kutsarita Bagong giniling na paminta
- 2 kutsarita ng Thyme
- 2 itlog
- 8 Yard na inihanda ang mga casing, mga 4 na onsa

MGA TAGUBILIN:
a) Sa isang medium na mangkok, ibabad ang mga mumo ng tinapay sa gatas. Gilingin ang karne at taba, una nang magaspang at pagkatapos ay makinis. Ilagay ang karne sa isang malaking mangkok.

b) Idagdag ang asin, paminta, thyme, itlog at pinalambot na mumo ng tinapay . Haluing mabuti gamit ang iyong mga kamay hanggang sa lubusan itong maghalo. Gumagawa ng humigit-kumulang isang-kapat ng pagpuno ng sausage nang sabay-sabay , ilagay nang maluwag ang mga casing gamit ang pagpuno ng sausage. Kurutin at i-twist sa 4 na pulgadang mga link at gupitin upang paghiwalayin. Palamigin habang pinupuno ang natitirang mga sausage.

c) PARA MAGLUTO: Tusukin ang lahat ng sausage upang maiwasang pumutok ang mga balat, ilagay ang sapat na mga sausage sa kawali upang magkasya sa isang layer nang walang siksikan. Ibuhos ang halos kalahating pulgada ng tubig, takpan at kumulo sa mahinang apoy sa loob ng 20 minuto. Ibuhos ang likido at lutuin nang walang takip, paikutin, hanggang sa pantay na kayumanggi ang mga sausage mga 10 minuto. Patuyuin sa mga tuwalya ng papel at ihain nang mainit.

8. **Irish Potato Boxty**

MGA INGREDIENTS:
- 1/2 pound / mga 3 tasa ng patatas, binalatan, niluto, at mainit pa
- 1/2 kutsarita ng asin
- 2 kutsarang mantikilya, natunaw
- 1/2 tasa ng all-purpose na harina

MGA TAGUBILIN:

a) Mahalagang gawin ang mga potato cake habang mainit pa ang patatas: tinitiyak nito na magkakaroon ka ng magaan at masarap na resulta.

b) Kanin o i-mash ang patatas nang napakahusay hanggang sa walang mga bukol.

c) Sa isang mangkok, ihalo nang mabuti ang mga patatas sa asin; pagkatapos ay ilagay ang tinunaw na mantikilya at ihalo muli. Sa wakas ay idagdag ang harina, na kumikilos nang sapat upang makagawa ng magaan at malambot na kuwarta.

d) Ilabas ang kuwarta sa isang bahagyang tinadtad na ibabaw at igulong sa halos pahaba na hugis, mga 9 pulgada ang haba at apat na pulgada ang lapad, at humigit-kumulang 1/4 pulgada ang kapal. Gupitin ang mga gilid hanggang sa magkaroon ka ng maayos na rektanggulo: pagkatapos ay gupitin muli upang magkaroon ka ng apat o anim na tatsulok.

e) Magpainit ng tuyong kawali o kawali hanggang sa katamtamang init. Pagkatapos ay lutuin ang farl triangles hanggang sa ginintuang kayumanggi sa bawat panig. Karaniwan, ito ay tumatagal ng mga limang minuto sa bawat panig.

f) Itabi ang natapos na mga pancake sa patatas sa isang plato na natatakpan ng tuwalya/tea towel at ipagpatuloy ang pagluluto sa kanila hanggang sa matapos ang lahat. Pagkatapos ay i-flip ang tuwalya sa ibabaw ng mga ito upang takpan ang mga ito. Ang kaunting singaw na lumalabas sa kanila ay makakatulong na panatilihing malambot ang mga ito.

g) Pagkatapos ay iprito ang iyong Irish na almusal o Ulster, iprito ang mga farls sa mantikilya o mantika na ginagamit mo para sa natitirang bahagi ng ulam. Kung mayroon kang mas maraming Irish potato pancake kaysa sa magagamit mo, nagyeyelo ito nang husto: ilagay lang muna ito sa isang Tupperware o katulad na plastic na lalagyan.

9. **Irish Deviled Egg**

Gumagawa: 8

MGA INGREDIENTS:
- 12 Hard Boiled Egg
- 2 hiwa ng Corned Beef, diced
- 1/2 tasa ng repolyo, diced
- 1/2 tasa ng Mayo
- 2 kutsarang Dijon Mustard
- Asin sa panlasa
- Mga karot, gadgad para sa dekorasyon
- Parsley, tinadtad para sa dekorasyon

MGA TAGUBILIN:
a) Hatiin sa kalahati ang pinakuluang itlog. Alisin ang mga yolks at ilagay sa isang mangkok.
b) I-microwave ang repolyo sa loob ng 30 segundo hanggang isang minuto hanggang sa lumambot ito.
c) Magdagdag ng mayonesa, at Dijon mustard sa mga pula ng itlog at gumamit ng isang immersion blender upang paghaluin ang mga yolks ng itlog sa mga sangkap hanggang sa mag-atas.
d) Magdagdag ng pinong tinadtad na corned beef at repolyo na hinahalo sa pinaghalong pula ng itlog hanggang sa ganap na pinagsama.
e) Asin sa panlasa.
f) Pipe ang timpla sa mga kalahating puti ng itlog
g) Palamutihan ng mga karot at perehil.

10. Egg Salad Sandwich na Irish Style

Gumagawa: 2

MGA INGREDIENTS:
- 4 na hiwa ng sandwich na tinapay
- 2 ounces mantikilya upang ikalat sa tinapay
- 2 pinakuluang itlog
- 1 Roma tomato o 2 maliit na maliit na kamatis
- 2 berdeng sibuyas na scallion sa Ireland
- 2 dahon ng butter lettuce
- ⅛ tasa ng mayonesa
- ⅛ kutsarita ng asin
- ⅛ kutsarita ng paminta

MGA TAGUBILIN:
a) Magsimula sa pamamagitan ng paghahanda ng pagpuno para sa mga sandwich na ito. Hatiin ang mga kamatis at i-scoop ang mga buto at pulp, at itapon. Hatiin ang panlabas na laman ng kamatis sa ½ cm na laki ng mga piraso.
b) Hiwain ang berdeng sibuyas nang napakanipis.
c) Hiwain ng manipis ang dahon ng lettuce at i-mash ang pinakuluang itlog.
d) Paghaluin ang mashed hard boiled egg, diced tomatoes, green onions, lettuce at mayonnaise.
e) Timplahan ng asin at paminta ang palaman ayon sa panlasa.
f) Mashed hard boiled egg, green onion, lettuce, tomato and mayonnaise para sa egg salad sandwich filling
g) Lagyan ng mantikilya ang bawat pares ng mga hiwa ng tinapay sa magkadikit, magkatugmang mga gilid ..
h) Hatiin ang pagpuno sa dalawa at ikalat sa gilid ng mantikilya ng dalawang hiwa ng tinapay. Itaas ang bawat sandwich kasama ang ipinares nitong buttered bread slice.
i) Gupitin ang tuktok na crust ng bawat sandwich. Hatiin sa apat na tatsulok sa pamamagitan ng paghiwa sa bawat sandwich na may dalawang crossing diagonal cut.
j) Ayusin sa isang sandwich plate at ihain kasama ng mainit na tsaa, at isang gilid ng chips o crisps.

MGA APETIZER AT MERYenda

11. Itim na pudding

Gumagawa: 8 servings

MGA INGREDIENTS:
- 1 libra ang atay ng baboy
- 1½ pounds Unrendered mantika, tinadtad
- 120 fluid ounce Dugo ng baboy
- 2 libra Breadcrumbs
- 4 ounces oatmeal
- 1 katamtamang sibuyas, tinadtad
- 1 kutsarita ng Asin
- ½ kutsarita ng Allspice
- 1 Mga casing ng baka

MGA TAGUBILIN:
a) Ilaga ang atay sa kumukulong inasnan na tubig hanggang lumambot. Alisin ang atay, at hiwain. Magreserba ng alak sa pagluluto. Paghaluin ang lahat ng sangkap sa malaking mangkok. Haluing mabuti hanggang sa mahalo. Punan ang mga casing na may halo. Itali sa isang paa na mga loop. I-steam sa loob ng 4-5 na oras.
b) Iwanan hanggang lumamig. Gupitin sa ½ pulgadang hiwa kung kinakailangan at iprito sa mainit na taba sa magkabilang panig hanggang sa malutong.

12. Irish Cheese Dip

Gumagawa: 20 servings

MGA INGREDIENTS:
- 14 ounces Irish cheddar
- 4 ounces cream cheese
- 1/2 tasa light Irish-style beer (Harp Lager)
- 1 sibuyas na bawang
- 1 1/2 kutsarita ng ground mustard
- 1 kutsarita ng paprika

MGA TAGUBILIN:
a) Hatiin ang cheddar sa mga tipak at ilagay sa food processor. Pulse upang hatiin ang cheddar sa maliliit na piraso.
b) Idagdag ang cream cheese, beer, bawang, ground mustard, at paprika. Pure hanggang sa ganap na makinis. Kuskusin ang mga gilid ng mangkok at katas muli kung kinakailangan. Ihain kasama ng mga pita chips, tinapay, crackers, gulay, o hiwa ng mansanas.

13. Irish coffee muffins

Gumagawa: 12 Servings

MGA INGREDIENTS:
- 2 tasang harina
- 1 kutsarang Baking powder
- ½ kutsarita ng Asin
- ½ tasang Asukal
- 1 Itlog, pinalo
- ⅓ tasa ng mantikilya, natunaw
- ½ tasa ng mabibigat na cream, unwhipped
- ¼ tasa Irish whisky
- ¼ tasa ng kape liqueur

MGA TAGUBILIN:
a) Painitin ang hurno sa 400 F.
b) Salain ang unang 4 sangkap magkasama.
c) Paghaluin ang natitirang mga sangkap , hanggang basa.
d) Punan ang mga lata ng muffin na may papel, at maghurno ng humigit-kumulang 20 minuto.

14. Irish Nachos na pinangungunahan ni Reuben

Ginagawa: 1 plato

MGA INGREDIENTS:
THOUSAND ISLAND DRESSING:
- 2 1/2 kutsarang walang taba na plain Greek yogurt
- 1 1/2 kutsarang ketchup
- 2 kutsarita ng matamis na sarap ng atsara
- 3/4 kutsarita ng puting suka
- 1/4 kutsarita ng mainit na sarsa
- 1/8 kutsarita ng bawang pulbos
- 1/8 kutsarita ng sibuyas na pulbos
- 1/8 kutsarita kosher salt

PATAS:
- 1 1/2 pounds russet patatas, scrubbed
- 1 kutsarang extra virgin olive oil
- 3/4 kutsarita ng bawang pulbos
- 3/4 kutsarita ng sibuyas na pulbos
- 3/4 kutsarita kosher salt
- 1/8 kutsarita ng itim na paminta

REUBEN TOPPING:
- 3 ounces extra-lean deli corned beef, tinadtad
- 1 tasang ginutay-gutay, binawasan ang taba na Swiss cheese
- 1/4 - 1/3 tasa ng sauerkraut, pinatuyo
- pinong tinadtad na perehil (kung ninanais), para sa dekorasyon

MGA TAGUBILIN:
a) Painitin ang oven sa 475ºF.
b) Sa isang medium na mangkok, pagsamahin ang Greek yogurt, ketchup, sarap, suka, mainit na sarsa, 1/8 kutsarita ng pulbos ng bawang, 1/8 kutsarita ng sibuyas na pulbos, at 1/8 kutsarita na kosher na asin. Takpan at palamigin hanggang sa kailanganin (maaaring gawin hanggang dalawang araw nang mas maaga).
c) Gupitin ang patatas nang pantay-pantay sa 1/8"-makapal na mga hiwa. (Maaari kang gumamit ng mandolin para dito kung gusto mo, ngunit gumagamit ako ng kutsilyo ng chef. Sa alinmang paraan, ang

susi ay upang gupitin ang mga ito nang pantay-pantay upang sila ay maghurno nang pantay-pantay.)

d) Sa isang malaking mangkok, ihagis ang mga hiwa ng patatas na may langis ng oliba hanggang sa pantay na pinahiran. Budburan ang patatas na may 3/4 kutsarita ng bawang na pulbos, 3/4 kutsarita ng sibuyas na pulbos, 3/4 kutsarita ng kosher na asin, at itim na paminta. Ihagis muli upang matiyak na ang mga pampalasa ay ipinamamahagi nang pantay-pantay. Maaari mong makita na ito ay pinakamadaling gawin ito gamit ang iyong mga kamay, sa halip na isang paghahalo na kutsara.

e) Ilagay ang mga hiwa ng patatas sa dalawang baking sheet na nilagyan ng parchment, ikalat ang mga ito at siguraduhing hindi ito mahawakan o magkakapatong.

f) Maghurno ng mga hiwa ng patatas sa loob ng 12-14 minuto. Maaaring mag-iba ang eksaktong oras ng pagbe-bake kung ang iyong mga hiwa ng patatas ay hindi pinutol sa 1/8" o kung hindi pare-pareho ang kapal ng mga ito. Suriin ang mga ito pana-panahon: naghahanap ka ng mainit, kayumanggi, toasty na kulay sa ibaba ng iyong mga hiwa, ngunit ayaw mong masunog ang mga ito.

g) Maingat na i-flip ang lahat ng mga hiwa at ipagpatuloy ang pagbe-bake sa pangalawang bahagi para sa mga 5-8 minuto pa, pana-panahong suriin ang pagiging handa. Kung ang ilan sa iyong mga hiwa ay mas manipis kaysa sa iba, maaaring mas maaga silang maging handa, at maaaring gusto mong alisin ang mga ito sa isang plato habang ang iba pang mga hiwa ay nagpapatuloy sa pagluluto.

h) Kapag ang iyong mga patatas ay tapos na sa pagluluto, itambak ang mga ito sa isang tumpok sa gitna ng isang baking sheet, ilagay ang mga ito habang ginagawa mo ito sa corned beef, keso, at sauerkraut. Ibalik ang nachos sa oven sa loob ng mga 5 minuto, upang payagan ang mga toppings na uminit at ang keso ay matunaw.

i) Palamutihan ang nachos na may parsley, kung ninanais, at ihain kasama ng Thousand Island Dressing . (Maaari mong ibuhos ang dressing sa itaas, ihain ito sa tabi, o pareho.)

15. Mga slider ng corned beef ng Guinness

Gumagawa: 12 Slider

MGA INGREDIENTS:
- 4 pounds corned beef brisket na may packet ng pampalasa
- 1 tasang frozen na pearl onion, o puting boiler onion (tinadtad at binalatan)
- 4 cloves ng bawang
- Opsyonal: 1-2 bay dahon
- 2 1/2 tasa ng tubig
- 11.2 ounces Guinness draft beer (1 bote)
- 12 Hawaiian roll
- 1 pakete ng coleslaw mix
- 2-3 tablespoons sariwang dill, tinadtad
- Dijon mustard para sa pagkalat, ayon sa ninanais
- Opsyonal: mayonesa para sa pagkalat
- Baby Kosher dill pickles (buo)

MGA TAGUBILIN:
a) Magdagdag ng mga sibuyas at bawang sa inner steel pot ng pressure cooker. Magdagdag ng wire rack sa itaas. Ibuhos ang Guinness beer at tubig sa kaldero. Ilagay ang corned beef brisket sa metal rack, ibaba ang taba. Pagwiwisik ng mga pampalasa sa ibabaw ng karne. Magdagdag ng 1-2 bay dahon, kung ninanais. Gamit ang sipit, baligtarin ang karne ng baka para nakaharap ang matabang takip.
b) Maingat na buksan ang takip ng pressure cooker. Itaas ang metal tray na may hawak na karne. Ilipat ang corned beef sa isang platter. Alisin ang mga dahon ng bay, sibuyas at solido. Pilitin ang likido. Magreserba ng isang tasa kung sakaling kailanganin ito para sa pagwiwisik sa ibabaw ng karne upang hindi ito matuyo.
c) Hatiin ng manipis ang karne ng baka laban sa butil.
d) Pahalang na hatiin ang mga Hawaiian roll sa kalahati.
e) Ikalat ang isang layer ng mustasa sa ilalim ng kalahati ng bawat roll. Kung nais, ikalat ang ilang mayonesa sa itaas na kalahati ng tinapay.
f) Maglagay ng 2-3 hiwa ng corned beef sa ilalim na tinapay. Budburan ang karne ng sariwang tinadtad na dill. Magdagdag ng 1/4 tasa ng coleslaw sa bawat isa.
g) Ilagay ang mga tuktok na kalahati ng Hawaiian roll sa mga slider.
h) Palamutihan ang bawat beef slider ng baby dill pickle. Tusukin ang mga party sandwich sa gitna gamit ang mga wooden party pick para makatulong na pagsamahin ang lahat.

16. Guinness glazed meatballs

Gumagawa: 24

MGA INGREDIENTS:
MGA MEATBALLS
- 1 lb. giniling na pabo o karne ng baka
- 1 c. panko bread crumbs
- 1/4 c. Guinness
- 1/4 c. tinadtad na sibuyas
- 1 itlog, bahagyang pinalo
- 1 tsp. asin
- 1/8 tsp. paminta

GUINNESS SAUCE
- 2 bote ng Guinness
- 1/2 c. ketchup
- 1/4 c. honey
- 2 Tbsp. pulot
- 2 tsp. dijon mustasa
- 2 tsp. pinatuyong tinadtad na sibuyas
- 1 tsp. pulbos ng bawang
- 4 tsp. gawgaw

MGA TAGUBILIN:
a) Para sa mga bola-bola: Pagsamahin ang lahat ng mga sangkap sa isang medium mixing bowl. Haluing mabuti.
b) Bumuo sa 1 1/2 inch na bola (ginamit ko ang isang maliit na cookie scoop) at ilagay sa isang rimmed baking sheet na nilagyan ng aluminum foil at na-spray ng nonstick spray.
c) Maghurno sa 350° sa loob ng 20-25 minuto.
d) Para sa sarsa: Pagsamahin ang lahat ng sangkap maliban sa gawgaw sa isang katamtamang kasirola. Bati.
e) Pakuluan, ihalo paminsan-minsan.
f) Bawasan ang init sa isang kumulo at kumulo ng 20 minuto.
g) Ibuhos ang cornstarch at ipagpatuloy ang pagkulo ng 5 minuto o hanggang lumapot.
h) Magdagdag ng mga bola-bola sa sarsa.

17. Irish Pasties

Gumagawa: 10

MGA INGREDIENTS:
- 1 sibuyas
- 1/3 ulo ng repolyo
- 4 na maliit na karot
- 8 maliit na pulang patatas
- 4 na berdeng sibuyas
- 1 leek
- 4 na kutsarang mantikilya
- 3 itlog
- 1 kutsarang brown mustard
- 1/2 kutsarita ng thyme
- 1/4 kutsarita ng paminta
- 1/2 kutsarita ng asin
- 1/4 kutsarita ng ground mustard
- 1 8- onsa na pakete ng ginutay-gutay na mozzarella cheese
- 4 ounces ginutay-gutay na parmesan cheese
- 5 pinalamig na pinagsama pie crust
- 1 pound ground beef opsyonal

MGA TAGUBILIN:

a) Kung gumagamit ng ground beef, brown beef sa isang malaking kawali, pagkatapos ay alisan ng tubig, alisin sa kawali, at itabi. Dice ang mga sibuyas, karot, at patatas. Gupitin ang repolyo sa maliliit na piraso. Hiwa-hiwain ng manipis ang mga leeks at berdeng sibuyas

b) Init ang 4 na kutsara ng mantikilya sa isang malaking kawali sa katamtamang init. Igisa ang mga sibuyas, berdeng sibuyas, at leeks hanggang lumambot--humigit-kumulang 6 na minuto. Magdagdag ng repolyo, karot, at patatas. Ipagpatuloy ang pagluluto sa katamtamang init para sa 5 pang minuto.

c) Bawasan ang init sa mababang ; takpan at pasingawan ng 15 minuto. Alisan sa init. Samantala, alisin ang mga pie crust mula sa refrigerator at painitin ang oven sa 375 degrees.

d) Talunin ang 3 itlog, mustasa, at pampalasa sa isang malaking mangkok. Alisin ang 1 kutsarang pinaghalong itlog at haluin ng 1 kutsarang tubig; itabi. Magdagdag ng mga gulay, karne ng baka, at keso sa pinaghalong itlog at haluing mabuti.
e) I-unroll ang mga pie crust at gupitin sa apat na bahagi gamit ang pizza cutter.
f) Upang gumawa ng mga pastie, ilagay ang isang wedge ng crust sa parchment-paper na natatakpan ng cookie sheet. Maglagay ng isang scoop ng veggie mixture sa gitna ng isang wedge, pagkatapos ay takpan ng pangalawang wedge.
g) Pindutin ang mga gilid gamit ang isang tinidor upang ma-seal, pagkatapos ay magsipilyo ng pinaghalong itlog at tubig. Maghurno ng humigit-kumulang 20 minuto o hanggang maging golden brown ang crust.

18. Irish Sausage Rolls

Gumagawa: 18

MGA INGREDIENTS:
- 3 puff pastry sheet
- 1 itlog na pinalo para sa pagsisipilyo ng pastry
- Pagpuno ng Sausage Meat
- 1 libra giniling na baboy
- 1 kutsarita ng tuyo na thyme
- ½ kutsarita ng pinatuyong marjoram
- ½ kutsarita ng tuyo na basil
- ½ kutsarita ng pinatuyong dahon ng rosemary
- 1 kutsarita ng tuyo na perehil
- ½ kutsarita ng pinatuyong sambong
- ⅛ kutsarita ng asin
- ⅛ kutsarita ng itim na paminta
- 1 tasang breadcrumbs
- 1 sibuyas ng bawang tinadtad
- 1 itlog na pinalo
- ¼ kutsaritang pinatuyong haras opsyonal

MGA TAGUBILIN:
a) Gilingin ang mga pampalasa, asin at paminta sa isang gilingan ng kape.
b) Idagdag ang giniling na pampalasa at tinadtad na bawang sa mga mumo ng tinapay sa isang malaking mangkok ng paghahalo at paghaluin.
c) Idagdag ang giniling na baboy sa mga napapanahong breadcrumb at pagsamahin gamit ang iyong mga daliri. Idagdag ang kalahati ng pinalo na itlog at ihalo nang maigi hanggang sa magsimulang magdikit ang timpla ng karne. Itapon ang labis na itlog.
d) Gamit ang iyong mga kamay, igulong ang sausage, na bumubuo ng 4 na cylindrical na hugis na humigit-kumulang ¾ pulgada ang kapal at 10 pulgada ang haba. Itabi ang karne.
e) Painitin muna ang hurno sa 400 degrees F. Lalagyan ng parchment paper ang isang malaking baking tray.

f) Buksan ang isang natunaw na puff pastry sheet sa ibabaw ng floured. Gupitin sa 3 piraso tungkol sa 3 pulgada ang lapad at 10 pulgada ang haba.
g) Maglagay ng 3 pulgadang piraso ng pre-formed sausage meat sa pastry malapit sa gilid. Pagulungin ang pastry sa paligid ng karne, na magkakapatong sa ilalim ng isang pulgada.
h) Gupitin ang pastry roll, pagkatapos ay i-roll ito pabalik upang i-brush ang lower layer na may egg wash. Muling i-roll at i-seal ang lower seam.
i) Gamit ang isang matalim na kutsilyo, gupitin ang dalawang diagonal na ½ pulgadang hiwa sa tuktok na ibabaw ng roll. Ulitin ang pamamaraan upang bumuo ng 18 sausage roll.
j) Ilagay ang mga inihandang sausage roll sa baking tray sa mga hilera at isang pulgada ang pagitan. I-brush ang tuktok ng pastry na may egg wash.
k) Maghurno sa 400 degrees F oven sa loob ng 20 minuto. Ibaba ang init sa 350 degrees at maghurno ng karagdagang 5 minuto.
l) Alisin sa oven kapag golden brown ang ibabaw. Palamigin ang mga sausage roll sa isang wire rack.

MGA SCONE AT TINAPAY

19. Malasang Cheese Scones

MGA INGREDIENTS:
- 225g plain na harina
- 2 antas kutsarita ng baking powder
- Kakarampot na asin
- ¼ kutsarita ng mustasa
- 50g mantikilya
- 75g Grated Cheddar
- 1 malaking itlog
- 4 Tbsp Creamery milk
- Dagdag na gatas para sa glazing

MGA TAGUBILIN:

a) Painitin muna ang hurno sa 220° C. Salain ang harina, baking powder, asin at mustasa. Kuskusin ang mantikilya hanggang ang timpla ay maging katulad ng mga pinong breadcrumb. Ihalo sa gadgad na keso.

b) Talunin ang itlog at magdagdag ng gatas. Gumawa ng isang balon sa gitna ng mga tuyong sangkap at pagsamahin ang likido. Lumiko sa isang floured board. Masahin nang bahagya at gupitin ng pabilog gamit ang pastry cutter. Ilagay sa isang greased baking tray.

c) Brush na may pinaghalong itlog at gatas at i-bake sa loob ng 12-15 minuto o hanggang sa maluto at maluto.

20. Irish Soda Bread

MGA INGREDIENTS:
- 12 oz /340g plain flour alinman sa wholewheat o puti
- 1/2 kutsarita ng asin
- 1/2 kutsarita ng sodium bikarbonate
- 1/2 tasa ng buttermilk

MGA TAGUBILIN:

a) Paghaluin ang lahat ng iyong mga tuyong sangkap at pagkatapos ay salain ang mga tuyong sangkap upang magdagdag ng hangin. Pagkatapos ay gumawa ng isang balon sa gitna ng tuyong halo at idagdag ang kalahati ng buttermilk pagkatapos ay ihalo ito ng malumanay. Idagdag ang natitirang buttermilk at masahin nang bahagya upang maisama.

b) Kung ang timpla ay tila tuyo at mabigat kapag gumagamit ng wholewheat flour magdagdag ng kaunti pang buttermilk. Ito ay mananatili sa iyong mga kamay na babalaan.

c) Ilagay ang kuwarta sa isang floured counter at pagsama-samahin ito ng malumanay upang makagawa ng isang bilog at pagkatapos ay ilipat ito sa isang baking sheet. Gupitin ang isang krus na medyo malalim sa tuktok ng tinapay upang "ilabas ang mga engkanto" at pagkatapos ay ilagay sa oven sa loob ng 40 hanggang 45 minuto. Upang tingnan kung ang tinapay ay inihurnong nang bahagya, tapikin ang ibaba kung ito ay parang guwang pagkatapos ay handa na ito.

d) Maaari mong idagdag ang lahat ng uri ng sangkap sa iyong soda bread mix, keso at sibuyas, bacon bits, prutas tulad ng mga pasas, pinatuyong cranberry at blueberries, nuts, buto halos kahit anong gusto mong lumikha ng matamis o malasang tinapay.

21. Irish Wheaten Bread

MGA INGREDIENTS:
- 500 g (1lb 2oz) magaspang na wholemeal na harina
- 125 g (4 1/2oz) plain flour, at dagdag para sa pag-aalis ng alikabok
- 1 tsp baking soda
- 1 tsp asin
- 600 ml (1 pint) buttermilk, kasama ng kaunting dagdag kung kinakailangan
- 1 kutsarang light brown sugar
- 1 kutsarang tinunaw na mantikilya, dagdag pa para sa pagpapadulas ng kawali
- 2 kutsarang gintong syrup

MGA TAGUBILIN:

a) Painitin muna ang oven sa 200°C - 400°F at lagyan ng grasa ang 2 x loaf lata.

b) Kumuha ng malaking mangkok at salain ang mga harina sa mangkok kasama ang baking soda at asin. Paggawa ng maliit na balon sa gitna ng tuyong halo na ito at idagdag ang buttermilk, brown sugar, tinunaw na mantikilya at gintong syrup.

c) Paghaluin ito nang malumanay hanggang ang lahat ng mga sangkap ay pinagsama. Pagkatapos ay hatiin ang pinaghalong sa mga lata ng tinapay at iwiwisik ang iyong ginustong mga toppings.

d) I-bake ito nang humigit-kumulang isang oras, tingnan sa kalahatian na ang mga kawali ay hindi na kailangang paikutin o ang mga tinapay ay hindi masyadong browning. Kung bawasan nila ng kaunti ang init.

e) Upang tingnan kung ang mga ito ay inihurnong lumabas lamang sa lata at i-tap ang base ng tinapay, kung ito ay parang guwang ito ay handa na. Kung handa na ilagay sa isang cooling rack. Kapag pinalamig ihain na may maraming mantikilya.

22. Irish o Dublin Coddle

MGA INGREDIENTS:
- 1 kutsara ng langis ng gulay
- 450g sausage
- 200g bacon, gupitin sa mga piraso
- 1 sibuyas, diced
- 2 karot, hiniwa
- 1kg o 2.5lbs ng patatas, binalatan at hiniwa
- Bagong giniling na itim na paminta
- 500ml stock ng manok maaari mong gamitin ang isang stock cube na natunaw sa mainit na tubig
- 1 dahon ng bay

MGA TAGUBILIN:

a) Painitin ang oven sa pamamagitan ng pagpapainit sa 170°C o 325°F. Habang nag-iinit, painitin ang mantika sa isang kawali at i-brown ang iyong mga sausage. Idagdag ang bacon sa browned sausages at lutuin iyon ng 2 minuto.

b) Ilagay ang kalahati ng mga sausage at bacon sa ilalim ng isang casserole dish pagkatapos ay idagdag ang kalahati ng mga sibuyas, karot at patatas. Timplahan ang layer na ito ng asin at paminta. Pagkatapos ay lumikha ng isa pang layer sa ibabaw nito kasama ang natitirang mga sausage, bacon at gulay, huwag kalimutang timplahan din ang layer na ito.

c) Kapag tinimplahan ibuhos ang pinainit na stock sa buong kaserol at idagdag ang bay leaf. Takpan ng takip at lutuin ng 2 oras, pagkatapos ay alisin ang takip at lutuin ng karagdagang 30 minuto.

d) Hayaang tumayo sa labas ng oven nang humigit-kumulang 5 minuto, budburan ng perehil kung gusto mo at ihain.

23. Irish na tinapay na may kulay-gatas

Gumagawa ng: 1 Servings

MGA INGREDIENTS:
- 2½ tasa Inalaang all-purpose na harina
- 2 kutsarita ng baking powder
- 1 kutsarita Asin
- ½ kutsarita ng baking soda
- ¼ tasa Shortening
- ½ tasang Asukal
- 1 Itlog; binugbog
- 1½ tasa Ang aming cream
- 1 tasang pasas
- ½ tasa ng mga currant

MGA TAGUBILIN:

a) Painitin ang hurno sa 375 degrees. Salain ang harina, baking powder, asin at soda sa isang mangkok. Itabi. Cream shortening at asukal hanggang sa magaan at malambot.

b) Magdagdag ng itlog at kulay-gatas. Haluing mabuti. Haluin sa pinaghalong harina. Haluin hanggang maghalo ng mabuti.

c) Tiklupin ang mga pasas at currant. Ilagay sa isang greased 2-quart casserole.

d) Maghurno ng 50 minuto. Takpan ng aluminum foil at i-bake ng 10 minuto o hanggang maluto. Gumagawa ng isang bilog na 8-pulgadang tinapay.

24. Irish farmhouse na tinapay

Gumagawa: 8 servings

MGA INGREDIENTS:
- 8 onsa na harina
- 4 onsa ng Asukal
- 8 onsa Pinaghalong pinatuyong prutas
- ½ bawat gadgad na balat ng lemon
- 2 kutsarang Mantikilya
- ½ kutsarita ng Asin
- 2 kutsarita ng baking powder
- 1 kurot Baking soda
- 1 bawat Itlog, pinalo
- 1¼ tasa ng mantikilya

MGA TAGUBILIN:
a) Paghaluin ang harina, asukal, prutas, balat ng lemon, mantikilya, baking powder at soda.
b) Idagdag ang pinalo na itlog at ang buttermilk upang makagawa ng magandang malambot na kuwarta; talunin ng mabuti at ibuhos sa isang greased 2-pound loaf pan.
c) Maghurno sa 300 F sa loob ng 1 oras, o hanggang sa masuri ito gamit ang isang skewer.

25. Irish oatmeal na tinapay

Gumagawa: 1 servings

MGA INGREDIENTS:
- 1 1/4 tasa all purpose flour; hinati, hanggang 1
- 2 tablespoons maitim na kayumanggi asukal; mahigpit na nakaimpake
- 1 kutsarita ng baking powder
- 1 kutsarita ng baking soda
- ½ kutsarita ng Asin
- 2 kutsarang Mantikilya; lumambot
- 2 tasang Bato na giniling na whole wheat flour
- 6 na kutsarang Rolled oats
- 1½ tasang mantikilya
- 1 puti ng itlog; para sa glazing
- 2 tablespoons Durog na pinagsama oats; para sa pagwiwisik

MGA TAGUBILIN:
a) Paghaluin ang 1 tasang harina, dark brown sugar, baking powder, baking soda at asin nang magkasama sa isang malaking mangkok. Kuskusin ang timpla sa pagitan ng iyong mga daliri upang pantay na ipamahagi ang asukal. Gupitin ang mantikilya sa pinaghalong may pastry blender o dalawang kutsilyo hanggang ang timpla ay maging katulad ng mga pinong mumo.

b) Paghaluin ang buong harina ng trigo at oats. Gumawa ng isang balon sa gitna ng pinaghalong at unti-unting magdagdag ng buttermilk, ihalo nang bahagya hanggang sa lubusang mabasa ang timpla. Gamit ang natitirang ¼ tasa ng harina, paunti-unti, dustin ang kuwarta nang bahagya at tipunin sa isang bola. Masahin nang bahagya, magdagdag ng harina kung kinakailangan, hanggang ang masa ay makinis at mabulaklak, mga 6-8 na pagmamasa.

c) Painitin muna ang hurno sa 375 degrees at bahagyang lagyan ng grasa ang isang malaking baking sheet. Hugis ang kuwarta sa isang makinis na bilog na bola at ilagay sa gitna ng inihandang baking sheet. Dahan-dahang pindutin ang bola sa isang makapal na 7-pulgadang disc. Gamit ang isang matalim na kutsilyo, gupitin ang isang malaking krus sa ibabaw ng kuwarta.

d) Bahagyang talunin ang puti ng itlog hanggang mabula, at magsipilyo nang bahagya, ngunit pantay-pantay, sa ibabaw ng tinapay, upang magpakinang. Hindi mo kailangang gamitin ang buong puti ng itlog.
e) Hiwain nang magaspang ang mga rolled oats sa isang food processor o blender at iwiwisik nang pantay-pantay sa ibabaw ng egg white glaze.
f) Maghurno sa gitna ng preheated oven sa loob ng 40-45 minuto o hanggang ang tinapay ay maganda ang kayumanggi at tumutunog na guwang kapag hinampas.
g) Alisin agad ang tinapay sa isang rack para lumamig.

26. Irish yogurt na tinapay

Gumagawa ng: 1 Servings

MGA INGREDIENTS:
- 4 tasang harina
- ¾ kutsarita ng baking soda
- 3 kutsarita ng baking powder
- 1 kutsarita ng Asin
- 1 tasang currant
- 2 kutsarang buto ng Caraway
- 2 itlog
- 1 tasa Plain low fat yogurt; magkakahalo

MGA TAGUBILIN:

a) Paghaluin ang mga tuyong sangkap. Idagdag ang mga currant at caraway seeds; Magdagdag ng mga itlog.

b) Magdagdag ng yogurt at pinaghalong tubig at haluin hanggang sa mabuo ang malagkit na batter . masahin sa isang well floured surface sa loob ng 1 minuto pagkatapos ay hugis bola at ilagay sa isang well greased round casserole.

c) Markahan ang isang krus sa gitna gamit ang isang matalim na kutsilyo at maghurno sa 350 oven sa loob ng 1 oras at 15 minuto bago alisin ang tinapay mula sa kaserol, pagkatapos ay hayaang lumamig sa isang wire rack. Hiwain ng manipis para ihain.

d) Nagyeyelong mabuti at pinakamainam sa araw pagkatapos ng pagluluto

27. Irish whole wheat soda bread

Gumagawa: 8 servings

MGA INGREDIENTS:
- 3 tasang Flour, whole wheat
- 1 tasa ng harina, lahat ng layunin
- 1 kutsarang Asin
- 1 kutsarita ng baking soda
- ¾ kutsarita ng baking powder
- 1½ tasa Buttermilk, yogurt, o gatas na pinaasim ng lemon juice

MGA TAGUBILIN:
a) Pagsamahin ang mga tuyong sangkap at ihalo nang lubusan upang maipamahagi ang soda at baking powder, pagkatapos ay magdagdag ng sapat na buttermilk upang makagawa ng malambot na kuwarta ngunit sapat na matatag upang hawakan ang hugis nito.
b) Knead sa isang board na may bahagyang floured sa loob ng 2 o 3 minuto, hanggang sa medyo makinis at makinis. Bumuo sa isang bilog na tinapay at ilagay sa isang well buttered 8 inch cake pan o sa isang well buttered cookie sheet. Gupitin ang isang krus sa tuktok ng tinapay na may napakatalim na harina na kutsilyo.
c) Maghurno sa isang preheated 375F oven sa loob ng 35-40 minuto, o hanggang sa ang tinapay ay maganda ang kayumanggi at tumutunog na hungkag kapag hinampas ng mga buko.

28. Irish beer bread

Gumagawa: 1 servings

MGA INGREDIENTS:
- 3 tasa ng self-rising na harina
- ⅓ tasa ng Asukal
- 1 bote ng Irish beer

MGA TAGUBILIN:
a) Paghaluin ang mga sangkap sa mangkok.
b) Ibuhos ang batter sa greased loaf pan at maghurno sa 350 degrees sa loob ng isang oras.
c) Ihain nang mainit.

29. Irish barmbrack bread

Gumagawa: 1 servings

MGA INGREDIENTS:
- 1⅛ tasa ng Tubig
- 3 tasang Tinapay na harina
- 3 kutsarita ng gluten
- 1½ kutsarita ng Asin
- 3 kutsarang Asukal
- ¾ kutsarita ng pinatuyong balat ng lemon
- ¾ kutsarita ng giniling na allspice
- 1½ kutsarang Mantikilya
- 2 kutsarang tuyong gatas
- 2 kutsarita ng Red Star Active Dry Yeast
- ¾ tasa ng mga pasas
- 1½ LB LOAF

MGA TAGUBILIN:
a) Ilagay ang lahat ng sangkap sa kawali ng tinapay ayon sa mga direksyon ng tagagawa.
b) Gumagawa ito ng isang siksik na katamtamang laki ng tinapay (6-7 pulgada ang taas). Para sa isang malambot na tinapay na mas mataas, dagdagan ang lebadura sa 2 ½ kutsarita.
c) Magkaroon ng mga sangkap sa temperatura ng silid. Kung kinakailangan, mainit na tubig at mantikilya sa microwave sa loob ng 50-60 segundo sa taas.
d) Para sa aking Hitachi 101 magdagdag ng ¼ cup raisins 4 minuto sa unang cycle.
e) Magdagdag ng natitirang mga pasas pagkatapos lamang ng panahon ng pahinga at sa pagsisimula ng pangalawang pagmamasa.
f) Kulay ng crust: katamtamang Bread Cycle: Bread o Mix Bread Ito ay naging matagumpay na tinapay sa aking Hitachi B101. Ang ibang mga gumagawa ng mga makina ng tinapay ay kailangang gumawa ng ilang mga pagbabago ayon sa kanilang sariling mga makina.

30. Irish freckle bread

Gumagawa: 1 servings

MGA INGREDIENTS:
- 2 Tinapay
- 4¾ bawat isa Hanggang 5 3/4 tasa ng hindi tinatag na harina
- ½ tasang Asukal
- 1 kutsarita ng Asin
- 2 pakete ng dry yeast
- 1 tasang tubig ng patatas
- ½ tasa ng margarin
- 2 Itlog, temperatura ng silid
- ¼ tasa niligis na patatas, temperatura ng silid
- 1 tasang walang binhing pasas

MGA TAGUBILIN:

a) Sa isang malaking mangkok, ihalo nang maigi ang 1½ tasa ng harina, asukal, asin at hindi natunaw na lebadura. Pagsamahin ang tubig ng patatas at margarin sa kasirola.

b) Painitin sa mahinang apoy hanggang sa maging mainit ang likido - hindi na kailangang matunaw ang margarine. Dahan-dahang idagdag sa mga tuyong sangkap at talunin ng 2 minuto sa katamtamang bilis gamit ang electric mixer, paminsan-minsan ay nagkukuskos ng mangkok. Magdagdag ng mga itlog, patatas at ½ tasang harina, o sapat na harina para makagawa ng makapal na batter. Haluin ang mga pasas at sapat na karagdagang harina upang makagawa ng malambot na masa.

c) Ilabas papunta sa floured board. Masahin hanggang makinis at nababanat, mga 10 minuto. Ilagay sa greased bowl, gawing grasa ang kuwarta.

d) Takpan at hayaang tumaas hanggang dumoble nang maramihan. Push dough pababa. Lumiko sa bahagyang floured board.

e) Hatiin ang kuwarta sa 4 na pantay na piraso. Hugis ang bawat piraso sa isang payat na tinapay, mga 8 ½ pulgada ang haba. Maglagay ng 2 tinapay, magkatabi, sa bawat isa sa 2 may mantika na 8 ½ x 4 ½ x 2 ½ pulgadang kawali. Takpan. Hayaang tumaas sa mainit na lugar, libre mula sa draft hanggang dumoble nang maramihan.

f) Maghurno sa preheated 375 F oven sa loob ng 35 minuto, o hanggang matapos. Alisin mula sa mga kawali at palamig sa mga wire rack.

31. Palabok na tinapay

Gumagawa: 8 servings

MGA INGREDIENTS:
- 10 onsa na harina
- 2 kutsarita ng baking powder
- ½ kutsarita ng baking soda
- 1 kutsarita Pinaghalong pampalasa
- ½ kutsarita ng giniling na luya
- 4 ounces Light brown sugar
- 2 ounces Tinadtad na balat ng minatamis
- 6 ounces Raisins, plain o golden
- 4 ounces Mantikilya
- 6 ounces gintong syrup
- 1 malaking Itlog, pinalo
- 4 na kutsarang Gatas

MGA TAGUBILIN:

a) Salain ang harina na may soda at baking powder, at ang halo-halong pampalasa at luya: pagkatapos ay idagdag ang brown sugar, tinadtad na balat at mga pasas: ihalo.

b) Gumawa ng balon sa gitna. Matunaw ang mantikilya na may syrup sa mababang init, pagkatapos ay ibuhos sa balon sa pinaghalong. Idagdag ang pinalo na itlog at gatas at ihalo nang maigi. Ibuhos sa isang greased 2 lb loaf pan at maghurno sa isang preheated oven sa 325 F sa loob ng 40-50 minuto, o hanggang sa masubok ito. Ang tinapay na ito ay mananatiling basa sa loob ng ilang araw, at talagang bubuti sa panahong ito.

PANGUNAHING PAGKAIN

32. Irish Champ

MGA INGREDIENTS:
- 5 magandang laki ng patatas
- 1 tasang berdeng sibuyas
- 1 tasa ng gatas mas mabuti ang buong gatas
- 55 gramo ng inasnan na mantikilya
- asin (sa panlasa)
- puting paminta (sa panlasa)

MGA TAGUBILIN:
a)   Punan ang palayok ng patatas at takpan ng tubig na may bilog na isang kutsarita ng asin. Pakuluan ang patatas hanggang maluto, para mas mabilis ang pagluluto, gupitin mo lang ang patatas sa maliliit na piraso.

b)   Habang ang mga patatas ay niluluto makinis tumaga ang berdeng mga sibuyas. Itabi ang berdeng bahagi sa puti.

c)   Alisan ng tubig ang mga patatas at siguraduhing maalis ang lahat ng tubig . Pagkatapos ay idagdag ang mantikilya at gatas sa kaldero at dahan-dahang ihalo ang mga patatas. Kapag minasa haluin ang mga puting bahagi ng sibuyas at pagkatapos ay timplahan ng asin at puting paminta ayon sa panlasa. Alisin ang lahat ng Champ sa isang mangkok para sa paghahatid.

d)   Bago ihain, iwisik ang tinadtad na berdeng sibuyas sa itaas at magsaya.

33. Colcannon na may repolyo o kale

MGA INGREDIENTS:
- 1kg/ 2.5 lbs na patatas, binalatan
- 250g/1/2 lb ng tinadtad na repolyo o kulot na kale, hinugasan ng mabuti at pinong hiniwa, itapon ang anumang makapal na tangkay
- 100mls/1cup + 1 kutsarang gatas
- 100g/1 tasa + 2 kutsarang mantikilya
- Asin at sariwang giniling na itim na paminta

MGA TAGUBILIN:

a) Ilagay ang mga peeled na patatas sa isang kawali at takpan ng tubig na may isang tsp ng asin. Pakuluan at lutuin hanggang lumambot.

b) Habang nagluluto ang patatas lutuin ang repolyo o kale. Maglagay ng 1 kutsara ng mantikilya sa isang mabigat na kawali at matunaw hanggang sa ito ay maging bubbly. Idagdag ang tinadtad na Kale o repolyo na may isang pakurot ng asin. Ilagay ang takip sa kawali at lutuin sa mataas na apoy sa loob ng 1 minuto.

c) Haluin ang mga gulay at lutuin ng isa pang minuto pagkatapos ay alisan ng tubig ang anumang likido at timplahan ng asin at paminta.

d) Patuyuin ang patatas at i-mash na may kaunting gatas at 1 kutsarang mantikilya, pagkatapos ay ihalo ang kale o repolyo at timplahan ng asin at paminta ayon sa panlasa.

34. Spelling at Leeks

Gumagawa: 4

MGA INGREDIENTS:
- 50 g/2 oz (4 na kutsara) mantikilya
- 3 leeks, hiniwa ng manipis
- dahon ng ilang sprigs ng thyme, tinadtad
- 1 dahon ng bay
- 350 g/12 oz (2 tasa) spelling na butil
- 250 ml/8 fl oz (1 tasa) cider (hard cider)
- 750 ml/25 fl oz (3 tasa) stock ng gulay (sabaw)
- 2 kutsarang tinadtad na perehil
- Asin sa dagat

MGA TAGUBILIN:

a) Matunaw ang kalahati ng mantikilya sa isang malaking kawali (kawali) sa katamtamang init. Iprito ang leeks gamit ang thyme at bay leaf sa loob ng mga 5 minuto hanggang sa maging malambot at malambot. Idagdag ang mga nabaybay na butil at lutuin ng isang minuto, pagkatapos ay idagdag ang cider at pakuluan.

b) Idagdag ang stock (sabaw) at kumulo sa loob ng 40 minuto–1 oras hanggang sa maluto at malambot ang spelling. Magdagdag ng kaunting tubig kung kinakailangan.

c) Alisin mula sa apoy at tiklupin ang natitirang mantikilya at perehil. Timplahan bago ihain.

35. Bakalaw na may safron at kamatis

Gumagawa: 4

MGA INGREDIENTS:
- 1 kutsarang rapeseed (canola) oil
- 1 sibuyas, pinong hiniwa
- 2 cloves bawang, durog
- 150 g/5 oz (mga 3 maliit) patatas, binalatan at hiniwa
- 1 dahon ng bay
- 175 ml/6 fl oz (. tasa) sherry
- isang magandang kurot ng safron
- 350 ml/12 fl oz (1. tasa) stock ng isda (sabaw)
- 1 x 400-g (14-oz) lata ng tinadtad na kamatis, pinaghalo
- 600 g/1 lb 5 oz cod fillet, balat at buto, hiwa sa kasing laki ng kagat
- 2 kutsarang perehil
- sea salt at freshly ground black pepper

MGA TAGUBILIN:
a) Init ang mantika sa isang malaking kawali sa katamtamang apoy, idagdag ang sibuyas at bawang, takpan at lutuin ng mga 5 minuto hanggang malambot at maganda ang kulay . Timplahan ng kaunting asin.
b) Idagdag ang patatas at bay leaf at lutuin ng ilang minuto. Pagkatapos ay idagdag ang sherry, saffron at stock ng isda (sabaw). Magluto ng mga 15 minuto hanggang sa halos lumambot ang patatas.
c) Idagdag ang mga kamatis, bawasan sa isang kumulo at lutuin ng 15 minuto. Sa huling minuto, idagdag ang isda at lutuin ng 1 minuto. Idagdag ang tinadtad na perehil at timplahan ng asin at paminta ayon sa panlasa.

36. Kalapati at Mataba

Gumagawa: 4

MGA INGREDIENTS:
- 4 na kalapati, nabunot at tinungga
- 4 na kutsarang rapeseed (canola) oil
- 75 g/ 2 . oz (5. kutsara) mantikilya
- ilang sprigs ng thyme
- 2 sibuyas, tinadtad
- 2 cloves bawang, napaka pinong tinadtad
- 250 g/9 oz mushroom, hiniwa
- 500 ml/17 fl oz (masaganang 2 tasa) stock ng manok (sabaw)
- 4 na kutsarang whisky
- 500 ml/17 fl oz (mapagbigay 2 tasa) mataba
- asin sa dagat

MGA TAGUBILIN:
a) Timplahan ng asin sa dagat ang mga kalapati. Init ang 3 kutsara ng mantika sa isang malaking kawali sa katamtamang apoy, idagdag ang mga kalapati at painitin. Pagkatapos ng ilang minuto, idagdag ang mantikilya na may thyme at hayaang mag-caramelize . Baste ang mga kalapati sa loob ng ilang minuto hanggang maganda ang kayumanggi. Alisin ang mga kalapati mula sa kawali at hayaang magpahinga.
b) Punasan ang kawali gamit ang ilang mga tuwalya ng papel, itapon ang mantikilya at thyme. Init ang natitirang mantika sa kawali sa katamtamang apoy at iprito ang mga sibuyas at bawang sa loob ng 3-4 minuto hanggang sa translucent.
c) Timplahan ng sea salt, idagdag ang mushroom at lutuin ng 5-7 minuto hanggang sa maging maganda ang kulay ng mushroom . Idagdag ang chicken stock (broth), whisky at stout.
d) Pakuluan, bawasan ang apoy at pakuluan ng 30 minuto.
e) Ibalik ang mga kalapati sa kawali, takpan at kumulo ng karagdagang 20 minuto hanggang sa maluto ang mga kalapati; ang pangunahing temperatura ng karne ng dibdib ay dapat umabot sa 65C/150F sa isang thermometer ng karne.

37. Lamb hot pot

Gumagawa: 6–8

MGA INGREDIENTS:
- 750 g/1 lb 10 oz lb balikat ng tupa, diced
- 50 g/2 oz (. tasa) karne ng baka na tumutulo
- 3 sibuyas, hiniwa
- 2 kutsarang pinong tinadtad na thyme
- 2 kutsarang plain (all-purpose) na harina
- 750 ml/25 fl oz (3 tasa) lamb stock (broth), pinainit
- 750 g/1 lb 10 oz lb (7 medium) na patatas, binalatan at hiniwa ng manipis
- 50 g/2 oz (3. tablespoons) mantikilya, natunaw
- sea salt at freshly ground black pepper

MGA TAGUBILIN:
a) Painitin muna ang oven sa 180C/350F/ Gas Mark 4.
b) Timplahan ng itim na paminta at asin ang tupa. Init ang karne ng baka na tumutulo sa isang cast iron pot sa katamtamang apoy, idagdag ang tupa at iprito, sa mga batch, para sa 5-10 hanggang maganda ang kayumanggi. Alisin at ireserba sa isang mainit na lugar.
c) Idagdag ang mga sibuyas at kalahati ng thyme sa kawali at lutuin ng mga 5 minuto hanggang malambot at transparent. Upang makagawa ng roux, idagdag ang harina at lutuin ng 2 minuto upang bumuo ng maluwag na paste. Dahan-dahang ibuhos ang mainit na lamb stock (broth) at haluin hanggang matunaw ang roux.
d) Ibalik ang browned na tupa sa palayok. Ilagay ang mga hiwa ng patatas sa itaas sa isang pabilog na pattern. I-brush ang tinunaw na mantikilya at timplahan ng sea salt, black pepper at ang natitirang thyme.
e) Takpan at maghurno sa preheated oven sa loob ng 45 minuto. Alisin ang takip sa huling 15 minuto upang payagan ang mga patatas na maging kayumanggi.

38. Chicken Broth na may maraming magagandang bagay

Gumagawa: 6

MGA INGREDIENTS:
- 1.8 litro (3 pints) well- flavor at well-skimmed homemade chicken stock
- 225g (8oz) hilaw o luto, ginutay-gutay na manok (mas gusto kong gumamit ng brown na karne)
- patumpik-tumpik na sea salt at sariwang giniling na itim na paminta
- 6 katamtamang pulang kamatis, gupitin sa 1cm (1/2 pulgada) na dice
- 2–3 hinog na Hass avocado, gupitin sa 1.5cm (2/3) dice
- 2 medium na pulang sibuyas, gupitin sa 1cm (1/2 pulgada) na dice
- 2 berdeng Serrano o Jalapeño na sili , hiniwa nang manipis
- 3 organic limes, gupitin sa mga wedges
- 3–4 malambot na mais tortilla o isang malaking bag ng mataas na kalidad na tortilla chips
- 4-6 na kutsarang tinadtad na dahon ng kulantro

MGA TAGUBILIN:
a) Ilagay ang stock ng manok sa isang malawak na 2.5 litro (4 1/2 pint) na kasirola at dalhin sa
b) ang pigsa. Tikman at timplahan ng asin at paminta – ang stock ay dapat magkaroon ng buong masaganang lasa , kung hindi, ang sopas ay magiging mura at walang laman.
c) Bago ihain, ilagay ang ginutay-gutay na manok sa mainit na sabaw at dahan-dahang ilaga para hindi ito tumigas. Ang nilutong manok ay kailangan lamang na painitin sa sabaw. Ang hilaw na puting karne ay aabutin ng 2-3 minuto upang maluto at ang brown na karne ay mas matagal - 4-6 na minuto. Timplahan ayon sa panlasa.

39. Roman Chicken and Chips na may Rosemary at Thyme

Gumagawa: 8-10

MGA INGREDIENTS:
- 2kg (4 1/2lb) organic, free-range na hita ng manok, drumstick at pakpak
- 2–3 kutsara (2 1/2 – 4 American tablespoons) dahon ng thyme
- 1–2 kutsara (1 1/4 – 2 1/2 American tablespoons) tinadtad na rosemary
- 1.1kg (2 1/2lb) (mga 10 malalaking) patatas
- extra virgin olive oil, para ibuhos
- 250g (9oz) sibuyas, hiniwa
- patumpik-tumpik na sea salt at sariwang giniling na itim na paminta

MGA TAGUBILIN:
a) Painitin muna ang oven sa 230°C/450°F/Gas Mark 8.
b) Timplahan ng asin at paminta ang manok. Ilagay sa isang malaking mangkok at ikalat ang mga dahon ng thyme at tinadtad na rosemary, na naglalaan ng ilan para sa mga patatas. Ihagis mabuti.
c) Balatan ang mga patatas at gupitin sa 1cm (1/2 pulgada) na makapal na chips. Patuyuin at timplahan ng mabuti ang asin, sariwang giniling na itim na paminta at ang nakareserbang tim at tinadtad na rosemary. Idagdag sa mangkok na may manok. Magpahid ng extra virgin olive oil at ihagis muli.
d) Ikalat ang hiniwang sibuyas sa ibabaw ng base ng isang litson na lata, humigit-kumulang. 37 x 31 x 2cm (15 x 11 1/4 x 3/4 pulgada), o dalawang mas maliit na lata na humigit-kumulang. 30 x 20 x 2.5cm (11 x 8 x 1 pulgada). Ayusin ang manok at patatas nang basta-basta sa itaas, siguraduhing lumalabas ang mga patatas. Magpahid ng kaunti pang langis ng oliba.
e) Inihaw sa loob ng 45 minuto–1 oras o hanggang sa maluto ang manok at ang mga chips ay malutong sa mga gilid. (Mas malaki ang mga organikong piraso ng manok, kaya ang oras ng pagluluto ay maaaring hanggang 1 1/4 na oras.)
f) Ihain mula sa lata, istilo ng pamilya, na may masarap na berdeng salad at ilang mga gulay na gusto mo, kung gusto mo.

40. One-Pot Pasta na may Tomato at Chorizo

Gumagawa: 6

MGA INGREDIENTS:
- 2 kutsara (2 1/2 kutsara) extra virgin olive oil
- 1 katamtamang sibuyas, hiniwa
- 1 sibuyas ng bawang, durog
- 1/2–1 pulang sili , tinadtad
- 900g (2lb) hinog na hinog na mga kamatis, binalatan, sa tag-araw o 2 1/2 x 400g (14oz) na lata ng mga kamatis sa taglamig
- sarap ng 1 organikong lemon
- 1-2 kutsarita ng tinadtad na rosemary, depende sa lakas ng lasa
- 225g (8oz) chorizo, binalatan at diced
- 850ml (1 1/2 pints) lutong bahay na stock ng manok o gulay
- 175ml (6fl oz /3/4 cup) double cream
- 300–350g (10 – 12oz) fettuccine o spaghetti
- 2 kutsara (2 1/2 American tablespoons) tinadtad na flat-leaf parsley
- 30g (1 1/2oz) bagong gadgad na Parmesan cheese
- patumpik-tumpik na asin sa dagat
- sariwang giniling na itim na paminta at isang masaganang kurot ng asukal, sa panlasa

MGA TAGUBILIN:
a) Init ang mantika sa isang 6 litro (10 pint) na stainless-steel na kasirola. Idagdag ang mga sibuyas at bawang, ihalo hanggang mabalot, takpan at pawisan sa mahinang apoy hanggang malambot ngunit hindi makulay . Idagdag ang sili . Mahalaga para sa tagumpay ng ulam na ito na ang mga sibuyas ay ganap na malambot bago idagdag ang mga kamatis .
b) Hiwain ang sariwa o tinned na mga kamatis at idagdag sa mga sibuyas kasama ang lahat ng juice at lemon zest. Timplahan ng asin, paminta at asukal (ang mga kamatis na tinned ay nangangailangan ng maraming asukal dahil sa kanilang mataas na kaasiman). Idagdag ang rosemary. Magluto, walang takip, para sa karagdagang 10 minuto, o hanggang lumambot ang kamatis.

Magluto ng sariwang kamatis sa mas maikling panahon upang mapanatili ang buhay na sariwang lasa .

c) Idagdag ang chorizo, stock at cream. Ibalik sa pigsa, idagdag ang pasta, haluin nang marahan upang paghiwalayin ang mga hibla at maiwasan ang pagdikit. Ibalik sa pigsa, takpan at kumulo sa loob ng 4 na minuto at hayaang maupo sa mahigpit na natatakpan na kasirola para sa karagdagang 4-5 minuto, o hanggang al dente na lang. Kapag idinagdag mo ang pinatuyong pasta, ito ay tila sobra-sobra ngunit pinipigilan ang iyong lakas, ito ay lumambot sa loob ng isang minuto o dalawa at masarap na lutuin sa sarsa.

d) Timplahan sa panlasa, budburan ng maraming tinadtad na perehil at gadgad na Parmesan. maglingkod.

41. Repolyo at bacon

Gumagawa: 4 Servings

MGA INGREDIENTS:
- 2 maliit na Savoy cabbage
- 8 piraso ng bacon
- Asin at paminta
- 4 Buong allspice berries
- 300 mililitro Bacon o stock ng manok

MGA TAGUBILIN:
a) Gupitin ang repolyo sa kalahati at pakuluan ng 15 minuto sa inasnan na tubig.
b) Patuyuin, at ibabad sa malamig na tubig sa loob ng 1 minuto, pagkatapos ay alisan ng tubig at hiwain.
c) I-line sa ilalim ng isang kaserol na may kalahati ng bacon strips, pagkatapos ay ilagay ang repolyo sa itaas at idagdag ang mga seasonings. Magdagdag ng sapat na stock upang bahagya itong masakop, pagkatapos ay ilagay ang natitirang mga piraso ng bacon sa itaas.
d) Takpan at kumulo ng isang oras, hanggang sa masipsip ang karamihan sa likido.

42. Inihurnong pinalamanan na herring

Gumagawa: 4 na servings

MGA INGREDIENTS:
- 4 na kutsarang Breadcrumbs (pagbubunton)
- 1 kutsarita ng Parsley, tinadtad
- 1 maliit na Itlog, pinalo
- 1 Katas at balat ng lemon
- 1 kurot na Nutmeg
- 1 Asin at paminta
- 8 Herrings, nilinis
- 300 mililitro Hard cider
- 1 dahon ng bay, mahusay na gumuho
- 1 sariwang giniling na paminta

MGA TAGUBILIN:
a) Una gawin ang palaman sa pamamagitan ng paghahalo ng mga mumo ng tinapay, perehil, pinalo na itlog, lemon juice at balat, at asin at paminta.
b) Lagyan ng pinaghalong isda ang isda.
c) Ilagay sa isang ovenproof dish, magkadikit; idagdag ang cider, crumbled bay leaf at asin at paminta.
d) Takpan ng foil at maghurno sa 350F para sa mga 35 minuto.

43. Nilagang kintsay

Gumagawa: 4 na servings

MGA INGREDIENTS:
- 1 bawat Head celery
- 1 bawat Katamtamang sibuyas
- 1 kutsarita tinadtad na perehil
- 2 hiwa ng bacon
- 10 likido onsa Stock
- 1 x Asin/paminta sa panlasa
- 1 onsa Mantikilya

MGA TAGUBILIN:

a) Linisin ang kintsay, gupitin sa isang pulgadang piraso at ilagay sa isang kaserola.

b) Pinong tumaga ang bacon at sibuyas at iwiwisik ang kintsay kasama ng tinadtad na perehil. Ibuhos sa stock. Dot na may mga knobs ng mantikilya. Takpan ang ulam at maghurno sa isang katamtamang oven sa loob ng 30-45 minuto.

44. Limang spice crusted salmon na may sauerkraut

Gumagawa: 4 Servings

MGA INGREDIENTS:
- ½ libra Irish bacon
- 1.00 kutsarang buto ng Caraway
- 1.00 malaking sibuyas
- 1.00 Plum tomato; tinadtad, may
- Mga buto at balat
- 2.00 pounds Sauerkraut; pinatuyo kung kinakailangan
- 12.00 onsa Lager beer
- ¼ tasang buto ng kulantro
- ¼ tasa ng buto ng cumin
- ¼ tasa ng buto ng haras
- ¼ tasang buto ng itim na sibuyas
- ¼ tasa ng itim na buto ng mustasa
- 4.00 Salmon fillet hanggang 6 - (6 oz ea); balat sa, hiwa
- Mula sa gitnang bahagi
- ¼ tasa ng langis ng gulay

MGA TAGUBILIN:
a) Pawisan ang bacon, caraway seeds at sibuyas sa loob ng lima hanggang pitong minuto o hanggang malambot, ngunit hindi makulay.
b) Idagdag ang kamatis, sauerkraut at beer at pakuluan.
c) Ibaba ang apoy upang kumulo at magluto, na sakop ng isang oras. Hayaang lumamig at ireserba hanggang kinakailangan. Ito ay panatilihin, palamigin, hanggang sa isang linggo nang hindi nasisira. Salmon: Haluin sandali ang bawat pampalasa sa isang blender upang masira, ngunit huwag pulbos. Paghaluin nang mabuti ang lahat sa isang mangkok. Basain ang bawat piraso ng salmon ng tubig sa gilid ng balat. I-dredge ang bawat piraso, pababa sa balat, sa pinaghalong pampalasa. Itabi.
d) Samantala, painitin muna ang isang mabigat na kawali o kawali. Idagdag ang mantika at pagkatapos ay idagdag ang mga piraso ng salmon, sa gilid ng balat pababa at takpan ng masikip na takip. Hayaan silang magluto ng apat na minuto sa isang gilid lamang, para sa mga bihirang isda. Magluto ng mas matagal kung ninanais.
e) Alisan ng takip ang kawali at alisin ang isda sa mga tuwalya ng papel upang matuyo.
f) Ihain ang salmon kasama ang mainit na sauerkraut.

45. Bawang mackerel

Gumagawa: 1 servings

MGA INGREDIENTS:
- 4 mackerel (o 8 maliit)
- 1 sibuyas na bawang Pinalamsang mantikilya ng harina para sa pagprito ng Lemon juice

MGA TAGUBILIN:
a) Hiwain ang bawang nang napakapino Hatiin sa pagitan ng isda at kuskusin nang mabuti.
b) Roll mackerel sa pinalo itlog at pagkatapos ay sa harina. Magprito sa mantikilya para sa 4-5 minuto sa bawat panig. Budburan ng lemon juice at ihain.

46. Mainit na buttered mussels

Gumagawa: 1 servings

MGA INGREDIENTS:
- 2 pint na tahong
- 4 ounces Mantikilya
- 1 Asin at paminta
- 2 kutsarang tinadtad na chives

MGA TAGUBILIN:
a) Hugasan nang maigi ang mga tahong sa ilalim ng tubig na umaagos. Alisin ang "balbas" at itapon ang anumang bukas na mga shell. Ilagay ang mga tahong sa kawali at lutuin sa mataas na temperatura sa loob ng 7 o 8 minuto, hanggang sa mabuksan ang mga shell. Timplahan ng asin o paminta. Ilagay sa isang serving dish at ibuhos ang mga juice sa pagluluto.
b) Dot na may knobs ng mantikilya at budburan tinadtad chives. Ihain kasama ng sariwang brown na tinapay at mantikilya.

47. Irish cinnamon patatas

Gumagawa ng: 1 Servings

MGA INGREDIENTS:
- 8 ounces Cream cheese, pinalambot
- 8 onsa ng niyog
- 1 Kahon (1 lb) 10X asukal
- 1 kutsarang Gatas
- 1 kutsarang Irish whisky, (o vanilla)
- kanela

MGA TAGUBILIN:
a) Paghaluin ang cream cheese at asukal. Pagkatapos ay idagdag ang natitirang sangkap (maliban sa cinnamon).
b) Igulong sa ¾" na bola. Igulong sa cinnamon. Hayaang umupo ng ilang araw para ma-set. Pagkatapos ay mag-enjoy.

48. Irish loin ng baboy na may lemon at herbs

Gumagawa: 8 servings

MGA INGREDIENTS:
- 6 libra Walang buto na baboy loin
- ½ tasa tinadtad na perehil
- ¼ tasa tinadtad na sibuyas
- ¼ tasa pinong gadgad na balat ng lemon
- 1 kutsarang Basil
- 3 siwang ng bawang dinurog
- ¾ tasa ng langis ng oliba
- ¾ tasa ng tuyong sherry

MGA TAGUBILIN:

a) Patuyuin ang baboy. Puntos ng mabuti gamit ang matalim na kutsilyo.
b) Pagsamahin ang perehil, sibuyas, balat, basil, at bawang sa isang maliit na mangkok.
c) Ihalo sa ⅔ ng mantika. Kuskusin sa baboy.
d) I-wrap sa foil at palamigin magdamag. Hayaang tumayo ang baboy sa temperatura ng silid 1 oras bago i-ihaw.
e) Painitin ang hurno sa 350 degrees F. I-brush ang baboy na may natitirang langis ng oliba. Ilagay sa rack sa mababaw na kawali.
f) Inihaw hanggang sa maipasok ang thermometer ng karne sa pinakamakapal na bahagi ng karne ay magrerehistro ng 170 degrees F, mga 2½ oras. Itabi ang karne. I-degrease ang mga pan juice.
g) Haluin si Sherry sa mga pan juice. Takpan at lutuin sa mababang init ng 2 minuto.
h) Ilipat ang baboy sa pinggan. Palamutihan ng sariwang perehil at mga hiwa ng lemon. Ihain nang hiwalay ang sarsa.

49. Irish na baboy sa mataba na may mga pampalasa

Gumagawa: 1 servings

MGA INGREDIENTS:
- 6 ounces Brown sugar
- Bawang
- Oregano
- Thyme
- Suka
- 2 kutsarita Rock salt
- 2 kutsarita Ground black pepper
- 6 itim na olibo
- Sage
- 6 na prun
- Anchovy fillet
- 2 kutsarang Mantikilya
- 2 kutsarang langis ng oliba
- 1 sibuyas; hiniwa
- 1 onsa Roux

MGA TAGUBILIN:

a) Maingat na hiwain ang balat ng baboy at ilagay sa isang tabi. Gumawa ng anim na paghiwa sa bawat buko. I-wrap ang sambong sa paligid ng mga olibo at ipasok sa kalahati ng mga incisions.

b) Balutin ang dilis sa paligid ng prun at ipasok sa iba pang mga butas.

c) Upang ihanda ang marinade, idagdag lamang ang lahat ng mga sangkap ng marinade sa isang blender at ihalo sa isang makinis na i-paste.

d) Kung ang paste ay masyadong tuyo magdagdag ng ilang langis upang bumuo ng isang paste. Ibuhos ang marinade sa dalawang buko at iwanan magdamag. Upang lutuin ang baboy, kumuha ng isang malaking palayok at tunawin ang 2oz na mantikilya at 2 kutsarang langis ng oliba.

e) I-brown ang karne sa palayok sa loob ng 5-8 minuto, lumiko sa kalahati.

f) Idagdag ang hiniwang sibuyas at ang natitirang mga marinade.

g) Magdagdag ng isang maliit na bote ng mataba.

h) Ilagay ang balat mula sa mga buko sa ibabaw ng karne upang bumuo ng isang 'takip'. Ilagay ang palayok sa isang mababang oven sa 130C/gas2 sa loob ng 3-4 na oras. Itapon ang balat. Alisin ang mga buto mula sa karne, na dapat mangyari nang madali pagkatapos ay ilagay sa isang serving bowl.
i) Haluin ang natitirang mga juice sa isang blender at salain sa isang palayok. Pakuluan ang mga juice at idagdag ang roux para lumapot.
j) Ibuhos sa ibabaw ng karne. maglingkod.

50. Istilong Irish na inihurnong trout

Gumagawa: 4 na servings

MGA INGREDIENTS:
- 4 berdeng sibuyas; hiniwa
- 1 berdeng paminta; tinadtad
- ¼ tasa Margarine o mantikilya
- 1 tasang malambot na mumo ng tinapay
- ¼ tasa sariwang perehil; snipped
- 1 kutsarita Lemon juice
- 1 kutsarita ng Asin
- ¼ kutsarita ng pinatuyong dahon ng basil
- 4 Buong trout; iginuhit na asin

MGA TAGUBILIN:

a) Magluto at pukawin ang mga sibuyas at paminta sa margarin hanggang sa malambot ang mga sibuyas; alisan sa init. Gumalaw sa mga mumo ng tinapay , perehil, ang lemon juice, 1 tsp. asin at basil.

b) Kuskusin ang mga lukab ng isda na may asin; bagay sa bawat isa ng humigit-kumulang ¼ c. palaman. Ilagay ang isda sa may mantika na pahaba na baking dish, 13 1/2x9x2 inches.

c) Lutuin na walang takip sa 350 deg. hurno hanggang madaling matuklap ang isda gamit ang tinidor, 30 hanggang 35 minuto.

d) Palamutihan ang isda ng cherry tomatoes at parsley kung ninanais.

SINGA AT SABAW

51. Irish Lamb Stew

MGA INGREDIENTS:
- 1-1½ kg o 3.5 lbs leeg o balikat ng tupa
- 3 malalaking sibuyas, pinong tinadtad
- Asin at sariwang giniling na itim na paminta
- 3-4 karot, tinadtad sa maliliit na piraso
- 1 leek, tinadtad sa maliliit na piraso
- 1 maliit na singkamas/swede/rutagaga, tinadtad sa maliliit na piraso
- 10 maliit na bagong patatas, binalatan at pinaghiwa-hiwalay, o 2 malalaking patatas, binalatan at tinadtad
- 1/4 ng isang maliit na repolyo, ginutay-gutay
- Bouquet ng parsley, thyme at bay leaf - itali ito kasama ng isang string na maaari mong iwanan
- Dash ng Worcestershire sauce

MGA TAGUBILIN:
a) Maaari mong hilingin sa iyong magkakatay na putulin ang karne sa buto at putulin ang taba, ngunit panatilihin ang mga buto o gawin ito sa bahay. Alisin ang taba at gupitin ang karne sa mga cube. Ilagay ang karne sa isang palayok na puno ng malamig na inasnan na tubig at pakuluan kasama ang karne. Kapag ito ay kumulo na, alisin ito sa apoy at alisan ng tubig, banlawan ang tupa upang alisin ang anumang nalalabi.

b) kumukulo ito, ilagay ang mga buto, sibuyas, gulay ngunit huwag ang patatas o repolyo sa isang bagong palayok. Idagdag ang pampalasa at ang palumpon ng mga halamang gamot at takpan ng malamig na tubig. Kapag nahugasan na ang karne, ilagay ito sa palayok at pakuluan ng isang oras. Kakailanganin mong i-skim off ang foam nang madalas.

c) Sa isang oras na marka idagdag ang mga patatas at ipagpatuloy ang pagluluto ng nilagang para sa 25 minuto. Idagdag ang patatas at ipagpatuloy ang pagluluto sa loob ng 25 minuto. Idagdag ang repolyo sa huling 6-7 minuto ng pagluluto.

d) Kapag ang karne ay malambot at bumagsak, alisin ang mga buto at ang palumpon ng damo. Sa puntong ito tikman ang nilagang at pagkatapos ay idagdag ang Worcestershire sauce sa panlasa at pagkatapos ay ihain.

52. Inihurnong parsnips Irish style

Gumagawa: 8 servings

MGA INGREDIENTS:
- 2½ libra Parsnips
- 2 ounces Mantikilya o bacon na taba
- 3 kutsarang Stock
- 1 x Asin at paminta
- 1 x Pinch nutmeg

MGA TAGUBILIN:
a) Balatan ang mga parsnip, quarter, at alisin ang anumang woody core. Pakuluan ng 15 minuto. Ilagay sa ovenproof dish.
b) Magdagdag ng stock at budburan ng asin, paminta at nutmeg.
c) Dot na may mantikilya at maghurno para sa 30 minuto sa isang mababang istante sa isang katamtamang oven.

53. Irish Seafood Chowder

MGA INGREDIENTS:
- 4 na maliit na hake fillet sa paligid ng 1lb/500g
- 2 salmon fillet tulad ng nasa itaas
- 1 piraso ng pinausukang isda sa paligid ng 1/2lb/250g
- 1 kutsarang langis ng gulay
- 1 tsp mantikilya
- 4 na patatas
- 2 karot
- 1 sibuyas
- 500mls/ 2.25 tasa ng stock ng isda o manok
- 2 tbsp tuyo na dill
- 250mls/ 1 tasang cream
- 100ml/1/2 tasa ng gatas
- 4 na kutsarang pinong tinadtad na chives

MGA TAGUBILIN:
a) Kunin ang mga patatas at alisan ng balat at gupitin sa maliliit na cubes. Sa karot alisan ng balat at dice sa mas maliit na cubes kaysa sa patatas.

b) Alisin ang balat sa isda kung mayroon at hiwain ng malalaking tipak, mabibiyak ito sa pagluluto.

c) Ilagay ang mantika at mantikilya sa isang malalim na palayok dahan-dahang igisa ang sibuyas, patatas, dill at karot sa loob ng humigit-kumulang 5 minuto. Ibuhos ang stock sa kawali at pakuluan ng 1 minuto.

d) Kunin ang takip ng palayok at idagdag ang cream at gatas pagkatapos ay ang isda. Pakuluan ng mahina (huwag pakuluan) hanggang maluto ang isda.

e) Ihain na may kasamang garnish ng parsley at ilan sa iyong lutong bahay na Wheaten Bread.

54. Beef at Guinness Stew

MGA INGREDIENTS:
- 2 tbsp. langis
- 1 kg rib steak, mahusay na pinutol at gupitin sa mga cube
- 2 sibuyas, hiniwa ng manipis
- 2 cloves ng bawang, tinadtad
- 1 tbsp. malambot na dark brown na asukal
- 1 kutsarang plain flour
- 125ml Guinness
- 125ml na tubig
- Sanga ng thyme
- 1 kutsarang red wine vinegar
- 1 kutsarang Dijon-style mustard
- Kurot ng ground cloves
- Asin at itim na paminta
- 1kg patatas, binalatan at sa medium-sized na mga tipak
- 250g ng tinadtad na repolyo
- 100ml na gatas
- 100g mantikilya
- Asin at sariwang giniling na itim na paminta

MGA TAGUBILIN:

a)   Painitin muna ang iyong oven sa 160°C (325°F). Habang ito ay nag-iinit magbuhos ng kaunting mantika sa isang kawali at kayumanggi ang karne ng baka, siguraduhin na ang bawat piraso ay selyado sa lahat ng panig.

b)   Alisin ang karne at itabi saka ilagay ang sibuyas at bawang at lutuin ng ilang minuto pagkatapos ay iwiwisik ang harina at asukal. Haluin ito ng mabuti para masipsip ang lahat ng juice sa kawali at pagkatapos ay unti-unting idagdag ang iyong Guinness na patuloy na hinahalo.

c)   Kapag ito ay mahusay na inkorporada at makinis idagdag ang suka, mustasa, cloves, pampalasa at tim, at pakuluan. Ilagay ang karne sa isang casserole dish at pagkatapos ay idagdag ito sa ulam.

d)   Lagyan ng takip ang casserole dish at lutuin sa oven ng 1 1/2 oras hanggang malambot ang karne.

e)   Idagdag ang thyme, wine vinegar, mustard, ground cloves at pampalasa; pakuluan at ibuhos sa karne sa kaserol. Ilagay ang takip at lutuin sa oven sa loob ng 1½ oras o hanggang malambot ang karne. Mga 20 minuto bago matapos ang oras ng pagluluto, idagdag ang repolyo at patatas sa kaserol at magpatuloy sa pagluluto.

f)   Ihain kapag malambot na ang karne, bilang isang pagkakaiba-iba maaari mong iwanan ang mga patatas at ihain ang mga ito bilang minasa kasama ang nilagang ibinuhos sa ibabaw.

55. Irish-Mex na inihaw na kaldero

Gumagawa: 8 servings

MGA INGREDIENTS:
- 3 pounds Lean boneless beef chuck roast
- 1½ kutsarita Chili powder
- 1 kutsarita Ground cumin
- 1 kutsarita Pulang paminta
- ½ kutsarita Bawang pulbos
- ¼ kutsarita Itim na paminta
- ½ kutsarita ng pinatuyong oregano Pam o 1 tbsp. langis ng oliba
- 1 medium sized na sibuyas, gupitin
- 1 katamtamang laki ng paminta, gupitin
- 1 karot, gupitin
- 5 6 Red Bliss patatas, hugasan at gupitin sa kalahati
- 1½ tasa ng de-latang dinurog na kamatis
- Pagsamahin ang chili powder, cumin, red pepper, black pepper, at oregano.

MGA TAGUBILIN:
a) Gumawa ng maliliit na hiwa sa inihaw. Ipasok ang pinaghalong pampalasa sa bawat hiwa. I-save ang ilan sa pinaghalong pampalasa upang idagdag sa gravy. Pagwilig ng Dutch oven na may Pam; ilagay sa katamtamang init. Kayumanggi karne sa magkabilang panig.
b) Magdagdag ng mga sibuyas, paminta, at karot, at sapat na tubig upang takpan ang ilalim ng kawali.
c) Takpan; inihaw sa 350 degree oven sa loob ng 1 oras. Magdagdag ng mga durog na kamatis at patatas; ipagpatuloy ang pagluluto ng 1 higit pang oras o hanggang malambot ang karne at maluto ang patatas. Alisin ang inihaw sa serving platter at hiwain.
d) Ayusin ang mga gulay sa paligid ng inihaw. Ihain nang hiwalay ang gravy.

56. Chicken Stew na may Dumplings

Gumagawa: 4

MGA INGREDIENTS:
- 1 manok, hiwain sa 8 piraso
- 15 g/. oz (2 kutsara) plain (all-purpose) na harina
- 2 kutsarang rapeseed (canola) oil
- 15 g/. oz (1 kutsara) mantikilya
- 1 sibuyas, tinadtad
- 4 na dahon ng sambong
- isang sprig bawat isa ng rosemary at thyme
- 2 karot, tinadtad
- 250 ml/8 fl oz (1 tasa) cider (hard cider)
- 1 litro /34 fl oz (4. tasa) manok
- stock (sabaw)
- 1 kutsarita ng asin sa dagat
- sariwang giniling na itim na paminta
- tinadtad na flat leaf perehil, upang palamutihan Para sa mga dumplings
- 350 g/12 oz (2. tasa) plain (all-purpose) na harina, sinala
- 50 g/2 oz (4 na kutsara) malamig na mantikilya, gadgad
- 1 kutsarita ng baking powder
- 350 ml/12 fl oz (1. tasa) ng gatas
- asin sa dagat

MGA TAGUBILIN:
a) Timplahan ang mga piraso ng manok na may lahat ng asin at kaunting paminta at balutin sa harina.
b) Init ang mantika sa katamtamang init sa isang malaking heavy-bottomed pan o casserole dish (Dutch oven) at iprito ang mga piraso ng manok, sa mga batch, sa loob ng mga 5 minuto hanggang maging golden brown ang lahat. Itabi ang manok at punasan ang kawali.
c) Matunaw ang mantikilya sa kawali at idagdag ang sibuyas, sage, rosemary at thyme. Iprito ng 3–4 minuto hanggang lumambot ang sibuyas saka ilagay ang carrot. I-deglaze ang kawali gamit ang cider at pakuluan.

d) Ibalik ang manok at juice sa kawali at takpan ng stock (sabaw). Pakuluan sa katamtamang mababang init sa loob ng mga 25-30 minuto hanggang sa maluto ang manok na walang mga palatandaan ng kulay rosas at ang mga katas ay matuyo.
e) Samantala, upang gawin ang dumplings, pagsamahin ang harina at mantikilya sa isang mangkok na may baking powder at asin. Idagdag ang gatas upang makagawa ng maluwag na masa. Magdagdag ng mga kutsarang puno ng pinaghalong dumpling sa kawali na may manok sa huling 5-10 minuto ng oras ng pagluluto, i-flip ang mga dumpling sa kalahati upang maluto ang mga ito sa magkabilang panig.
f) Idagdag ang perehil at ihain.

57. Cream ng mussel na sopas

Gumagawa: 4 na servings

MGA INGREDIENTS:
- ¾ pint na tahong
- 3 tasang malamig na tubig
- 2 onsa Mantikilya
- 1 onsa ng harina
- ½ tasa ng solong cream
- 1 x Asin at paminta

MGA TAGUBILIN:
a) Hugasan ng maigi ang mga tahong. Init sa isang dry drying pan hanggang sa bumukas ang mga shell. Shell at balbas ang mga tahong.
b) Sa isang kasirola, matunaw ang mantikilya, magdagdag ng harina at magprito ng 1 o 2 minuto. Alisin mula sa init at ihalo sa tubig, kasama ang anumang likido na natitira mula sa kawali.
c) Magdagdag ng asin at paminta, dalhin sa pigsa, takpan at kumulo sa loob ng 10 minuto. Alisan sa init.
d) Haluin ang mussels at cream. Ayusin ang pampalasa at ihain kaagad.

58. Dublin nilagang baboy

Gumagawa: 4 na servings

MGA INGREDIENTS:
- 1½ libra Mga piraso ng baboy
- 2 libra Pagluluto ng mansanas
- 1 libra sibuyas
- 1 kutsarang Brown sugar
- ¾ tasa ng stock o tubig
- ¾ tasa ng Cream
- 1 x tinimplahan na harina
- 1 x Mantikilya o bacon na taba

MGA TAGUBILIN:

a) Gupitin ang karne at sibuyas sa magaspang na piraso. Matunaw ang taba o mantikilya at dahan-dahang iprito ang sibuyas hanggang lumambot. Alisin sa kawali. Ihagis ang karne sa tinimplahan na harina at mabilis na kayumanggi sa taba. Ilagay ang mga sibuyas, karne, stock at asukal sa isang palayok at kumulo, natatakpan, sa loob ng 1½ oras.

b) Balatan, ubusin at i-chop ang mga mansanas. Idagdag sa palayok. Ipagpatuloy ang pagluluto hanggang sa maluto lang ang mansanas ngunit hindi masyadong malambot.

c) Magdagdag ng cream at init. HUWAG KUMULU! Tamang pampalasa, at ihain.

59. Sariwang pea sopas

Gumagawa: 6 na servings

MGA INGREDIENTS:
- 350 gramo ng mga gisantes, bagong balat
- 2 kutsarang Mantikilya
- 1 bawat Katamtamang laki ng sibuyas, tinadtad
- 1 bawat Head iceberg lettuce/tinadtad
- 1 bawat Sprig mint, tinadtad
- 1 bawat sprig perehil, tinadtad
- 3 piraso ng bacon, tinadtad
- 1½ litro ng stock ng Ham
- 1 x Asin at paminta
- 1 x Asukal
- 1 x tinadtad na perehil

MGA TAGUBILIN:

a) Pagkatapos hiwain ang mga gisantes, i-save ang mga pods, hugasan ang mga ito at ilagay sa pakuluan sa stock ng ham habang inihahanda ang sopas. Init ang mantikilya sa isang malaking kasirola at palambutin ang sibuyas sa loob nito, pagkatapos ay idagdag ang lettuce, mint at perehil. De-rind at i-chop ang bacon.

b) Iprito ito ng mga 2 minuto, paminsan-minsan; idagdag sa kasirola na may mga gisantes, asin, paminta at isang maliit na halaga ng asukal. Salain ang stock at idagdag.

c) Dalhin sa pigsa, pagpapakilos, pagkatapos ay kumulo ng halos kalahating oras hanggang sa ang mga gisantes ay medyo malambot.

d) Palamutihan ng tinadtad na perehil o mint.

60. Instant Irish cream ng patatas na sopas

Gumagawa: 6 na servings

MGA INGREDIENTS:
- 1 tasa ng patatas; binalatan at diced
- 1 tasa sibuyas; diced
- 1 tasa ng karot; diced
- 2 kutsarang Dill, sariwa; tinadtad O
- 1 kutsarang pinatuyong dill
- ¼ kutsarita ng giniling na puting paminta
- 1 kutsarita Granulated bawang O
- 2 kutsarita sariwang bawang; tinadtad
- 3 kutsarang mantika ng mais
- 4 tasa; tubig
- 2¼ tasa Banayad na soy milk
- 2 kutsarang gulay bouillon powder
- 1 tasa Instant mashed potato flakes

MGA TAGUBILIN:
a) Sa isang katamtamang kasirola, igisa ang patatas, sibuyas, karot ;paminta , dill at bawang sa mantika sa katamtamang init sa loob ng 6 na minuto.
b) Magdagdag ng tubig, soy milk at bouillon powder.
c) Magdagdag ng mga potato flakes nang dahan-dahan, patuloy na paghagupit upang matiyak ang pantay na pagpapakalat. Bawasan ang init sa mababang at lutuin, pagpapakilos paminsan-minsan, hanggang sa maluto ang patatas at mainit ang timpla, mga 15 minuto.

61. Singkamas at sopas ng bacon

Gumagawa: 4 na servings

MGA INGREDIENTS:
- ¼ pounds Streaky bacon, napupunit
- ¼ libra Tinadtad na sibuyas
- ¼ pounds Tinadtad na patatas
- ¾ libra Tinadtad na singkamas
- 2 pints na Stock
- 1 x Fat para sa pagprito

MGA TAGUBILIN:
a) I-chop at iprito ang bacon at sibuyas.
b) Magdagdag ng patatas, singkamas at stock. Lutuin ng malumanay hanggang sa lumambot ang mga gulay.
c) Ayusin ang pampalasa at ihain.

MGA CONDIMENTS

62. Irish Spice Bag

MGA INGREDIENTS:
- 1 tsp asin sa dagat
- 1 kutsarang Chinese five-spice
- ½ tsp bawang pulbos
- ½ tsp chilli powder

MGA TAGUBILIN:

a)   Ilagay ang lahat ng sangkap sa isang ziplock bag at iling.

b)   Maaari mo na ngayong idagdag ang halo na ito sa iyong Dublin Spice bag na dapat ay binubuo ng pritong sibuyas at paminta at ilang piraso ng manok o tirang popcorn chicken.

63. Ginger marmalade

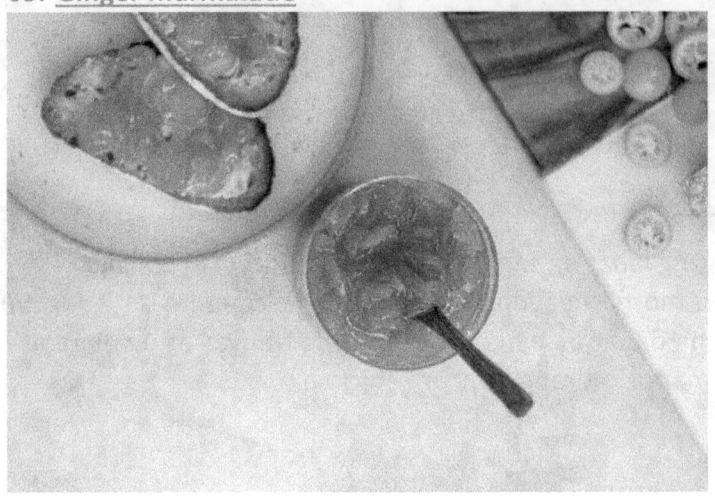

Gumagawa: 8 servings

MGA INGREDIENTS:
- 2 pounds Mapait na dalandan
- 2 limon
- 1 onsa ugat na luya
- 140 likido onsa Tubig
- 8 ounces Pinapanatili na luya, tinadtad
- 7 pounds Granulated sugar

MGA TAGUBILIN:
a) Dahan-dahang kumulo sa loob ng 1½ hanggang 2 oras, o hanggang sa medyo malambot ang balat. Alisin ang bag ng pulp at idagdag ang napreserbang luya.
b) Sukatin ang likido, magdagdag ng asukal at pukawin sa mababang init hanggang sa matunaw.
c) Pakuluan nang mabilis hanggang sa setting point: pagkatapos ay maaari gaya ng dati.

64. Spaghetti sauce, Irish style

Gumagawa: 8 Servings

MGA INGREDIENTS:
- ½ tasa sibuyas, tinadtad
- 1 sibuyas ng bawang, tinadtad
- 3 kutsarang langis ng oliba
- 3 kutsarang Mantikilya
- 1 pounds Ground round (o iba pang matangkad
- ½ tasa dry red wine (burgundy?)
- 1 tasang tomato puree
- 1 tasang sabaw ng manok
- ¼ kutsarita ng Nutmeg

MGA TAGUBILIN:
a) Igisa ang sibuyas at bawang sa halo ng mantikilya at mantika. Magdagdag ng karne, at kayumanggi.
b) Magdagdag ng alak, at kumulo hanggang ½ ang alak ay sumingaw. Magdagdag ng katas, sabaw ng manok at nutmeg, haluin, takpan at kumulo ng 1 oras. Kung ito ay mas manipis kaysa sa gusto mo, alisan ng takip at kumulo hanggang ang kapal ay ayon sa gusto mo.
c) Ihain sa ibabaw ng spaghetti o shell.

MGA DESSERTS

65. Irish Yellow Man

MGA INGREDIENTS:
- 1oz mantikilya
- 8oz brown sugar
- 1 lb golden syrup
- 1 dessert na kutsarang tubig
- 1 kutsarita ng suka
- 1 kutsarita ng bikarbonate ng soda

MGA TAGUBILIN:
a) Matunaw ang mantikilya sa isang kasirola, at pagkatapos ay idagdag ang asukal, gintong syrup, tubig at suka.
b) Haluin hanggang matunaw ang lahat ng sangkap .
c) Haluin ang bikarbonate ng soda, kapag bumubula ang pinaghalong ibuhos sa isang greased, heatproof na tray, iikot ang mga gilid gamit ang isang palette na kutsilyo.
d) Kapag lumamig na upang mahawakan, hilahin gamit ang mga kamay na may mantikilya hanggang sa maputla ang kulay .
e) Kapag tumigas na, hatiin sa magaspang na piraso at ngayon ay handa nang kainin ang iyong Yellow Man.

66. Chocolate Fudge Pudding na may Toasted Hazelnuts

Gumagawa: 6 - 8

MGA INGREDIENTS:
- 150g (5oz/1 1/4 sticks) unsalted butter, dagdag pa para sa pagpapadulas
- 150g (5oz) magandang kalidad na tsokolate (gumagamit ako ng 52% cocoa solids)
- 1 kutsarita vanilla extract
- 150ml (5fl oz /generous 1/2 cup) maligamgam na tubig
- 100g (3 1/2oz/kaunting 1/2 tasa) caster sugar
- 4 na organic, free-range na itlog
- 25g (1oz/1/5 cup) self- raising na harina
- icing sugar, sa alikabok
- 225ml (8fl oz /1 cup) softly whipped cream o crème fraiche na hinaluan ng 1 kutsara (1 American tablespoon + 1 kutsarita) Frangelico hazelnut liqueur
- ilang toasted hazelnuts, coarsely chopped

MGA TAGUBILIN:

a) Painitin muna ang oven sa 200°C/400ºF/Gas Mark 6 at lagyan ng grasa ang isang 1.2 litro (2 pint) na pie dish na may kaunting mantikilya.

b) Gupitin ang tsokolate sa maliliit na piraso at tunawin kasama ang mantikilya sa isang mangkok ng Pyrex na nakalagay sa isang kawali ng mainit, ngunit hindi kumukulo, tubig. Sa sandaling matunaw ang tsokolate, alisin ang mangkok mula sa init at idagdag ang vanilla extract. Haluin ang maligamgam na tubig at asukal at ihalo hanggang makinis.

c) Paghiwalayin ang mga itlog at haluin ang mga yolks sa pinaghalong tsokolate. Pagkatapos ay tiklupin ang sinala na harina, siguraduhing walang mga bukol.

d) Sa isang hiwalay na mangkok, haluin ang mga puti ng itlog hanggang sa mabuo ang stiff peak, at pagkatapos ay dahan-dahang itupi ang mga ito sa pinaghalong tsokolate. Ibuhos ang pinaghalong tsokolate sa buttered dish.

e) Ilagay ang ulam sa isang bain-marie at ibuhos ang sapat na tubig na kumukulo hanggang sa kalahati ng mga gilid ng ulam. Maghurno ng 10 minuto. Pagkatapos ay bawasan ang temperatura sa 160°C\325°F\Gas Mark 3 para sa karagdagang 15–20 minuto o hanggang sa maging matatag ang puding sa itaas, ngunit malambot at malabo pa rin sa ilalim at mabango sa base.

f) Itabi upang bahagyang lumamig bago lagyan ng alikabok ng icing sugar. Ihain ang mainit o malamig na sinabuyan ng toasted hazelnuts na may kasamang Frangelico cream o crème fraîche.

67. Inihaw na Rhubarb

Gumagawa: 6

MGA INGREDIENTS:
- 1kg (2 1/4lb) pulang rhubarb
- 200–250g (7-9oz) granulated sugar
- 2-3 kutsarita ng sariwang tinadtad na damo
- ice-cream, labneh o makapal na Jersey cream, upang ihain

MGA TAGUBILIN:

a) Gupitin ang mga tangkay ng rhubarb kung kinakailangan. Hatiin ang rhubarb sa 2.5cm (1 pulgada) na piraso at ayusin sa isang layer sa isang 45 x 30cm (18 x 12 pulgada) na non-reactive na ovenproof na pinggan. Ikalat ang asukal sa ibabaw ng rhubarb at hayaang macerate ng 1 oras o higit pa, hanggang sa magsimulang umagos ang mga katas.

b) Painitin muna ang oven sa 200°C/Gas Mark 6.

c) Takpan ang rhubarb gamit ang isang sheet ng parchment paper at inihaw sa oven sa loob ng 10-20 minuto, depende sa kapal ng mga tangkay, hanggang sa malambot lang ang rhubarb. Pagmasdan na mabuti ang rhubarb dahil maaari itong masira nang napakabilis

d) Ihain ang mainit o malamig na may ice cream, labneh o makapal na Jersey cream.

68. Carrageen moss puding

Gumagawa: 8

MGA INGREDIENTS:
- 3 kutsarang sariwang carrageen
- 4 tasang gatas
- 2 pula ng itlog
- 2 kutsarang pulot, at dagdag na ihain
- bee pollen, upang ihain (opsyonal)

MGA TAGUBILIN:
a) Hugasan ang carrageen kung gumagamit ng sariwa o rehydrate kung gumagamit ng tuyo, na sumusunod sa mga direksyon sa pakete. Init ang gatas na may carrageen sa isang medium na kawali sa medium-low heat.
b) Talunin ang mga pula ng itlog at pulot sa isang maliit na mangkok, pagkatapos ay ibuhos ang pinaghalong itlog sa gatas at haluin ng mga 10 minuto hanggang sa lumapot.
c) Ibuhos sa mga hulma o mangkok at palamigin ng ilang oras hanggang sa maitakda.
d) Upang ihain, lagyan ng kaunting dagdag na pulot at iwiwisik ang ilang bee pollen, kung gagamitin.

69. Pudding ng tinapay at mantikilya

Gumagawa: 6

MGA INGREDIENTS:
- 1 ¾ kutsarang gatas
- 250 ml/8 fl oz (1 tasa) dobleng (mabigat) na cream
- 1 kutsarita ng giniling na kanela
- bagong gadgad na nutmeg, sa panlasa
- 3 itlog
- 75 g/ 2 . oz (./. cup) caster (superfine) na asukal
- 50 g/2 oz (4 na kutsara) mantikilya, dagdag pa para sa pagpapadulas
- 10 hiwa ng malambot na puting tinapay
- 75 g/ 2 . oz (. cup) sultanas (gintong pasas)
- icing (confectioners') asukal, para sa pag-aalis ng alikabok

MGA TAGUBILIN:
a) Magpahid ng ovenproof dish.
b) Ilagay ang gatas at cream sa isang maliit na kawali sa katamtamang init at idagdag ang cinnamon at nutmeg. Pakuluan, pagkatapos ay alisin sa apoy.
c) Talunin ang mga itlog na may asukal sa isang mangkok ng paghahalo at ibuhos ang timpla sa cream. Haluin upang pagsamahin.
d) Mantikilya ang tinapay sa magkabilang panig at ilagay ang mga hiwa sa inihandang ulam, sa mga layer na may mga sultanas (gintong pasas). Ibuhos ang custard sa tinapay at hayaang tumayo ng 30 minuto.
e) Painitin muna ang oven sa 180C/350F/Gas Mark 4.
f) Ihurno ang puding sa preheated oven sa loob ng 25 minuto, hanggang sa maging golden brown at ang custard ay matuyo. Bago ihain, lagyan ng alikabok ng kaunting icing (confectioners') na asukal.

70. Nasusunog na mga dalandan

Gumagawa: 4 na servings

MGA INGREDIENTS:
- 4 Malaking dalandan
- 150 mililitro Matamis na puting alak
- 1 kutsarang Mantikilya
- 8 kutsarang Asukal
- 300 mililitro Fresh-squeezed orange juice
- 2 kutsarang Whisky (pinainit)

MGA TAGUBILIN:
a) Maingat na alisan ng balat ang mga dalandan ng manipis. Pagkatapos, gamit ang isang matalim na kutsilyo, alisin ang pinakamaraming bahagi ng umbok at puting balat hangga't maaari, na pinananatiling buo ang mga dalandan. Gupitin ang manipis na alisan ng balat sa mga pinong piraso at takpan ng alak.

b) Ilagay ang mga dalandan sa isang ovenproof dish. Maglagay ng kaunting mantikilya sa ibabaw ng bawat isa, dahan-dahang pinindot ito, pagkatapos ay iwiwisik ang bawat isa ng isang kutsarita ng asukal. Ilagay sa 400F oven sa loob ng 10 minuto o hanggang sa mag-caramelize ang asukal.

c) Samantala ihalo ang orange juice na may asukal sa isang kasirola at pakuluan. Ibaba ang apoy at hayaan itong maging syrupy, nang hindi hinahalo. Idagdag ang orange peel at pinaghalong alak at pakuluan muli, pagkatapos ay mabilis na lutuin upang mabawasan at lumapot nang bahagya.

d) Kunin ang mga dalandan sa oven at kung hindi pa ganap na kayumanggi, ilagay sa ilalim ng katamtamang broiler sa loob ng ilang minuto. Ibuhos ang pinainit na whisky sa kanila at ilagay ito sa apoy, sa init. Habang ang apoy ay namatay, idagdag ang orange syrup at hayaan itong kumulo ng mga 2 minuto.

e) Maglingkod nang sabay-sabay ; o maaari itong ihain ng malamig.

71. Irish cream cake

Gumagawa: 8 Servings

MGA INGREDIENTS:
- 1 dilaw na halo ng cake
- 4 na Itlog
- ½ tasang Malamig na Tubig
- ½ tasa ng Irish Cream Liquor
- 1 pack na Instant Vanilla Pudding Mix
- ½ tasang Langis
- 1 tasang Tinadtad na Toasted Pecans

GLAZE
- 2 onsa Mantikilya
- ½ tasang Asukal
- ⅛ tasa ng Tubig
- ¼ tasa Bailey's Irish Cream

MGA TAGUBILIN:

a) Pagsamahin ang lahat ng sangkap, Maliban sa Nuts, Talunin hanggang sa mahusay na halo, ihalo ang mga mani. Ibuhos sa 12 cup bundt pan na may mantika at harina at maghurno sa 325F sa loob ng 1 oras o hanggang sa masubok ito.

b) Magluto ng cake ng 15 minuto at ilagay sa rack. Painitin ang mga sangkap ng glaze hanggang matunaw.

c) Sundutin ang mga butas sa cake gamit ang tinidor ng karne at i-brush ang mainit na cake na may ½ glaze mixture.

d) Kapag luto na ang cake, i-brush ang natitirang glaze mixture.

72. Baileys Irish cream truffles

Gumagawa: 16 servings

MGA INGREDIENTS:
- ¼ tasa Baileys Irish Cream
- 12 ounces Semi-sweet choc morsels
- ¼ tasa ng makapal na cream
- 1 kutsarang Sweet Butter
- 2 Mga pula ng itlog

MGA TAGUBILIN:
a) Matunaw ang choc olate , Baileys at heavy cream tog sa napakababang apoy. Paghaluin ang mga yolks, isa-isa, ang timpla ay magpapalapot.
b) Ihalo sa mantikilya.
c) Palamigin magdamag, o hanggang matibay. Gamit ang kutsara, gumawa ng maliliit na bola.
d) Igulong sa powdered sugar, cocoa, tinadtad na mani, sprinkles, atbp.

73. ng manok at leek

Gumagawa: 4 Servings

MGA INGREDIENTS:
- 6 ounces Shortcrust pastry
- 1 manok, mga 4 lb
- 4 na hiwa ng ham steak
- 4 Malaking leeks, nilinis/tinadtad
- 1 sibuyas
- Asin at paminta
- 1 kurot Ground mace o nutmeg
- 300 mililitro Stock ng manok
- 125 mililitro Double cream

MGA TAGUBILIN:

a) Gawin ang pastry at iwanan ito sa isang malamig na lugar upang magpahinga.

b) Sa isang malalim na 1 - 1½ quart dish, ilagay ang mga layer ng manok, ham, leeks at sibuyas o shallot, idagdag ang mace, nutmeg at pampalasa, pagkatapos ay ulitin ang mga layer hanggang sa mapuno ang ulam. Idagdag ang stock, pagkatapos ay basain ang mga gilid ng ulam bago ilunsad ang pastry sa kinakailangang laki.

c) Ilagay ang pastry sa ibabaw ng pie at pindutin nang mabuti ang mga gilid. I-crimp ang mga ito gamit ang isang tinidor.

d) Gumawa ng maliit na butas sa gitna. Pagulungin ang mga piraso ng pastry at bumuo ng isang dahon o rosette para sa tuktok. Ilagay ito nang napakagaan sa ibabaw ng maliit na butas. I-brush ang pastry na may gatas, at maghurno sa katamtamang init, 350F, sa loob ng 25-30 minuto.

e) Takpan ang pastry ng mamasa-masa na papel na lumalaban sa mantika kapag bahagyang naluto kung ang tuktok ay tila nagiging masyadong kayumanggi.

f) Dahan-dahang init ang cream. Kapag luto na ang pie, alisin sa oven.

g) Maingat na iangat ang rosette at ibuhos ang cream sa pamamagitan ng butas. Ibalik ang rosette at ihain.

74. Cod cobbler

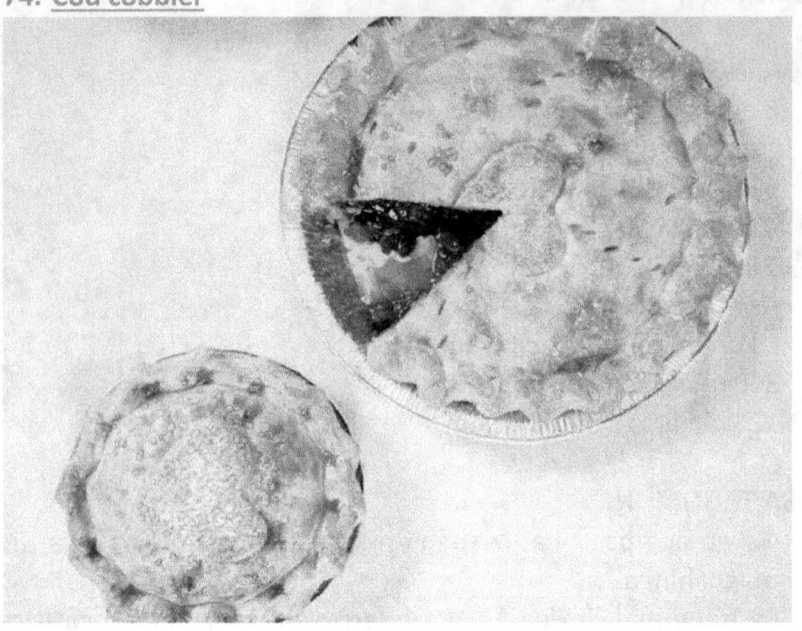

Gumagawa: 6 na servings

MGA INGREDIENTS:
- 1½ libra Walang balat na fillet ng bakalaw
- 2 onsa Mantikilya
- 2 onsa na harina
- ½ litro ng Gatas
- 3½ onsa Grated na keso
- 2 ounces Grated cheese (para sa scone)
- 2 onsa Mantikilya (para sa mga scone)
- 1 kutsarita Baking powder (para sa mga scone)
- 1 kurot na asin (para sa mga scone)
- 1 Itlog (para sa scone)

MGA TAGUBILIN:
a)   Ilagay ang mga fillet ng bakalaw sa ilalim ng isang bilog na oven dish. Gumawa ng sarsa ng keso na may 2 oz bawat isa ng mantikilya at harina, ½ l gatas at 3½ oz gadgad na keso: ibuhos ang isda. Pagkatapos ay gumawa ng scone dough kuskusin ang 2 oz butter sa 8 ng harina na may 1 tsp baking powder, at kurot ng asin.

b)   Magdagdag ng 2 ans na gadgad na keso, mas mabuti ang mature na Cheddar o pinaghalong iyon at Parmesan. Maglagay ng 1 pula ng itlog sa timpla at magdagdag ng sapat na gatas upang makagawa ng isang maisasagawang kuwarta.

c)   Igulong sa ½ pulgada ang kapal at gupitin sa maliliit na bilog gamit ang scone cutter.

d)   Itapon ang mga bilog na ito sa ibabaw ng sarsa, upang masakop lang nila ang ibabaw; lagyan ng kaunting gatas ang mga ito, budburan ang mga ito ng gadgad na keso at maghurno sa mainit na oven (450 F) sa loob ng 25-30 minuto, hanggang sa maging golden brown ang mga scone.

75. Glazed Irish tea cake

Gumagawa: 10 servings

MGA INGREDIENTS:
- ¾ tasa unsalted butter room temperature
- 1 tasang Asukal
- 2 kutsarita ng Vanilla
- 2 itlog
- 3 ounces Cream cheese
- ½ tasa ng asukal sa mga confectioner, sinala ang temperatura ng silid
- 1¾ tasa ng harina ng cake
- 1¼ kutsarita ng baking powder
- ¼ kutsarita ng Asin
- 1 tasa ng pinatuyong currant
- ⅔ tasa ng mantikilya
- 2 kutsarita sariwang lemon juice

MGA TAGUBILIN:
a) PREHEAT OVEN SA 325F, na may rack sa gitna ng oven. Lagyan ng grasa ang isang 9-pulgada (7-cup na kapasidad) na kawali. Alikabok na may harina; tapikin ang kawali sa lababo upang itapon ang labis na harina.

b) Gupitin ang piraso ng parchment paper o waxed paper upang magkasya sa ilalim ng kawali. Itabi. PARA SA CAKE, gumamit ng mixer para mag-cream ng mantikilya, asukal at banilya hanggang malambot. Magdagdag ng mga itlog, 1 sa isang pagkakataon, matalo ang bawat isa hanggang mahimulmol. Magdagdag ng cream cheese. Haluin hanggang sa maayos na pinagsama.

c) Paghaluin ang harina, baking powder at asin nang magkasama. Ilagay ang mga currant sa maliit na mangkok. Magdagdag ng ¼ tasa ng pinaghalong harina sa mga currant. Haluin ang mga currant hanggang sa maayos na pinahiran.

d) Magdagdag ng natitirang harina sa batter, na kahalili ng buttermilk. Haluin hanggang makinis. Gumamit ng kahoy na kutsara upang ihalo ang mga currant at lahat ng harina.

e) Haluin hanggang sa maayos na pinagsama. Ilipat ang batter sa inihandang kawali. Makinis na ibabaw na may spatula. Maghurno hanggang sa maging maayos ang kayumanggi at ang toothpick na ipinasok sa gitna ay lumabas na malinis, mga 1 oras, 25 minuto. Mabibiyak ang cake sa ibabaw. Hayaang magpahinga ang cake sa kawali sa loob ng 10 minuto. Gumamit ng flexible metal spatula upang paghiwalayin ang cake sa mga gilid ng kawali.

f) Maingat na alisin ang cake mula sa kawali patungo sa cooling rack. Ikalat ang glaze sa mainit na cake. Hayaang lumamig nang lubusan ang cake. Ang cake ay maaaring maiimbak ng 3 araw sa temperatura ng kuwarto sa foil.

g) Ang cake ay maaari ding i-freeze hanggang 3 buwan, nakabalot ng airtight.

h) PARA SA GLAZE, pagsamahin ang asukal at lemon juice sa maliit na mangkok. Haluin hanggang makinis.

76. Green Irish whisky sour jelly

Gumagawa ng: 1 Servings

MGA INGREDIENTS:
- 2 maliit na Kahon ng Lemon-Lime Flavor Gelatin
- 2 tasang tubig na kumukulo
- 1½ tasang Malamig na Tubig
- ½ tasang Irish Whisky

MGA TAGUBILIN:
a) Pagsamahin ang lahat.

77. Irish chocolate cake

Gumagawa ng: 1 Servings

MGA INGREDIENTS:
- 1 Itlog
- ½ tasa ng kakaw
- 1 tasang Asukal
- ½ tasang Langis
- 1½ tasang harina
- 1 kutsarita ng Soda
- ½ tasang Gatas
- ½ tasa ng mainit na tubig
- 1 kutsarita ng Vanilla
- ¼ kutsarita ng Asin
- 1 stick mantikilya
- 3 kutsarang Cocoa
- ⅓ tasa ng Coca cola
- 1 libra ng asukal sa confectioner
- 1 tasang tinadtad na mani

MGA TAGUBILIN:
a) Pagsamahin ang asukal at kakaw, magdagdag ng mantika at itlog, ihalo nang mabuti. Pagsamahin ang asin at harina, idagdag ang halili sa mga likidong mixtures, ihalo nang mabuti. Magdagdag ng vanilla.
b) Maghurno sa layer pans o sheet cake pan sa 350 para sa 30-40 minuto.
c) ICING: Pagsamahin ang mantikilya, cola at cocoa sa kasirola. Init hanggang kumukulo, tanggalin ang burner, idagdag ang asukal at mani at talunin ng mabuti. Ikalat sa cake.

78. Irish coffee torte

Gumagawa: 10 Servings

MGA INGREDIENTS:
- 2 tasang unsalted butter
- 1 tasang Asukal
- ¾ tasa ng malakas na mainit na kape
- ¼ tasa ng Irish cream na alak
- 16 ounces Semi-sweet dark chocolate
- 6 Itlog; temeratura sa kwarto
- 6 Mga pula ng itlog; temeratura sa kwarto

MGA TAGUBILIN:
a) Ilagay ang rack sa gitna ng oven at painitin sa 325F. Generously butter 8" spring-form pan at lagyan ng parchment o waxed paper ang ilalim. Mantikilya at harina ang papel.

b) Matunaw ang mantikilya na may asukal, kape at alak sa mabigat na 3-quart saucepan sa mahinang apoy, hinahalo hanggang matunaw ang asukal. Magdagdag ng tsokolate at ihalo hanggang makinis. Alisan sa init.

c) Gamit ang electric mixer, haluin ang mga itlog at yolks sa isang malaking mangkok hanggang sa triple ang volume at bumuo ng mga ribbon kapag itinaas. Ihalo sa pinaghalong tsokolate. Ibuhos ang batter sa inihandang kawali. Ilagay ang kawali sa mabigat na baking sheet. Maghurno hanggang sa pumutok ang mga gilid at bahagyang pumutok, ngunit hindi ganap na nakatakda ang gitna (mga 1 oras). Huwag mag-overbake (ang cake ay itatakda habang lumalamig). Ilipat sa rack at palamig. Takpan at palamigin magdamag.

d) Patakbuhin ang maliit na matalim na kutsilyo sa gilid ng kawali para lumuwag. Maingat na bitawan ang mga gilid. Ilagay sa platter at ihain sa maliliit na bahagi.

79. Irish cream frozen yogurt

Gumagawa: 6 na servings

MGA INGREDIENTS:
- 2 kutsarang Tubig
- 1 kutsarita ng gelatin na walang lasa
- 3 ounces Semi-sweet na tsokolate, tinadtad nang magaspang
- ¾ tasa ng gatas na mababa ang taba
- ¼ tasa Light corn syrup
- ¼ tasa ng Asukal
- 3 kutsarang Bailey's Irish Cream Liqueur
- 1 tasa Plain low-fat yogurt hinalo
- 1 puti ng itlog
- ⅓ tasa ng Tubig
- ⅓ tasa ng nonfat dry milk

MGA TAGUBILIN:

a) Sa maliit na kasirola, pagsamahin ang 2 tb tubig at gulaman: hayaang tumayo ng 1 minuto. Haluin sa mababang init hanggang sa matunaw ang gelatin; itabi. Sa med saucepan, pagsamahin ang tsokolate, gatas, corn syrup at asukal.

b) Lutuin at haluin sa mahinang apoy hanggang maging makinis ang timpla. Gumalaw sa dissolved gelatin mixture; malamig. Magdagdag ng Irish Cream at yogurt. Talunin ang puti ng itlog, ⅓ tasa ng tubig at tuyong gatas na walang taba hanggang sa matigas ngunit hindi matuyo.

c) Tiklupin sa pinaghalong yogurt.

d) I-freeze sa gumagawa ng ice-cream ayon sa mga direksyon ng tagagawa.

80. Irish creme pumpkin pie

Gumagawa ng: 1 Servings

MGA INGREDIENTS:
- 1 9-inch deep dish pie crust (pagmamay-ari mo o nagyelo)
- 1 Itlog, bahagyang pinalo
- 1 tasang Kalabasa
- ⅔ tasa ng Asukal
- 1 kutsarita Ground cinnamon
- 1 kutsarita ng Vanilla
- ¾ tasa evaporated milk
- 8 ounces Cream cheese sa room temp
- ¼ tasa ng Asukal
- 1 Itlog
- 1 kutsarita ng Vanilla
- 1 kutsarang Baileys Irish Creme

MGA TAGUBILIN:
a) Painitin ang hurno sa 400D.
b) Para sa Pumpkin filling, pagsamahin ang lahat ng sangkap hanggang sa maayos at makinis.
c) Itabi. Para sa pagpuno ng Creme, paghaluin ang keso at asukal hanggang sa makinis.
d) Magdagdag ng itlog at latigo hanggang sa maayos. Magdagdag ng vanilla at Irish creme, timpla hanggang makinis.
e) Upang tipunin: Ibuhos ang kalahati ng pinaghalong kalabasa sa pie shell. Kutsara ang kalahati ng pinaghalong creme sa kalabasa. Ulitin sa natitirang pagpuno. Dahan-dahang paikutin ang isang kutsilyo upang lumikha ng isang marble effect. Maghurno sa 400 sa loob ng 30 minuto. Bawasan ang temp sa 350D at takpan ang mga gilid ng crust kung masyadong mabilis ang browning.
f) Maghurno para sa isa pang 30 minuto. Ang pie ay dapat na puffy sa gitna at maaaring may isa o dalawang bitak sa itaas.
g) Alisin mula sa oven at ganap na palamig. Maaari itong palamigin at pakinisin ang whipped cream sa ibabaw.

81. Irish jig dessert

Gumagawa: 6 na servings

MGA INGREDIENTS:
- 2 kutsarang Whisky
- 2 kutsarang Asukal
- 1 kutsarita ng asukal sa confectioner
- 2 tasang mabigat na whipping cream
- ½ kutsarita vanilla extract
- 1 tasang Coconut macaroons

MGA TAGUBILIN:
a) Durugin ang macaroons at itabi. Siguraduhin na ang whipping cream ay lubos na pinalamig , pati na rin ang bowl at beater attachment.
b) Paghaluin ang lahat ng sangkap maliban sa macaroons. Talunin hanggang sa mabuo ang stiff peak. Tiklupin sa ¾ tasang dinurog na macaroons. Kutsara sa 6-8 dessert glass.
c) Budburan ng karagdagang macaroons. Ihain kaagad.

82. Irish lace cookies

Gumagawa: 1 servings

MGA INGREDIENTS:
- 1 stick unsalted butter; pinalambot (1/2 tasa)
- ¾ tasa Matigas na nakaimpake na light brown na asukal
- 2 kutsarang All-purpose na harina
- 2 kutsarang Gatas
- 1 kutsarita ng Vanilla
- 1¼ tasa makalumang rolled oats

MGA TAGUBILIN:
a) Sa isang mangkok, cream ang mantikilya na may kayumangging asukal hanggang sa ang timpla ay magaan at malambot at ihalo sa harina, gatas, at banilya.
b) Paghaluin ang mga oats, ihulog ang mga bilugan na kutsarita ng kuwarta na humigit-kumulang 3 pulgada ang layo sa mga walang basang baking sheet, at i-bake ang cookies sa mga batch sa gitna ng preheated na 350F. oven sa loob ng 10 hanggang 12 minuto, o hanggang sa sila ay ginintuang.
c) Hayaang tumayo ang cookies sa mga sheet sa loob ng 1 minuto, o hanggang sa maging matatag lang ang mga ito para ilipat gamit ang metal spatula. (Kung ninanais, baligtarin ang cookies sa mga sheet at, gumana nang mabilis, igulong ang mga ito sa mga cylinder sa mga sheet. Kung ang cookies ay nagiging masyadong matigas na gumulong, ibalik ang mga ito sa oven sa loob ng ilang segundo at hayaang lumambot.)
d) Ilipat ang cookies sa isang rack at hayaang lumamig nang buo.

IRISH DRINKS

83. Ang Irish Coffee ni Packy

MGA INGREDIENTS:
- 1½ oz. Bushmills Original Irish Whisky
- 4 oz. mainit na kape
- 1 bar na kutsara ng brown sugar
- 1 oz. whipped cream
- SALAMIN: Irish coffee mug

MGA TAGUBILIN:

a) I-scoop ang brown sugar sa Irish coffee mug. Ibuhos ang mainit na kape sa ibabaw. Haluin. Ibuhos ang Bushmills Original Irish Whisky sa mug.

b) Float cream sa itaas sa pamamagitan ng pagbuhos sa likod ng isang kutsara.

84. Kape ng Irish

MGA INGREDIENTS:
- 1½ oz. Bushmills Black Bush Irish Whisky
- ½ oz. simpleng syrup
- 2 gitling orange bitters
- GARNISH: orange twist

MGA TAGUBILIN:

a) Haluin.
b) Salain sa batong salamin sa ibabaw ng sariwang yelo. Palamutihan ng orange twist.

85. Clondalkin Snug

MGA INGREDIENTS:
- 3 oz. Guinness
- 3 oz. sparkling na alak

MGA TAGUBILIN:
a) Ibuhos ang Guinness sa plauta.
b) Itaas na may sparkling wine sa ibabaw ng bar spoon.

86. Ang Ha' Penny Bridge

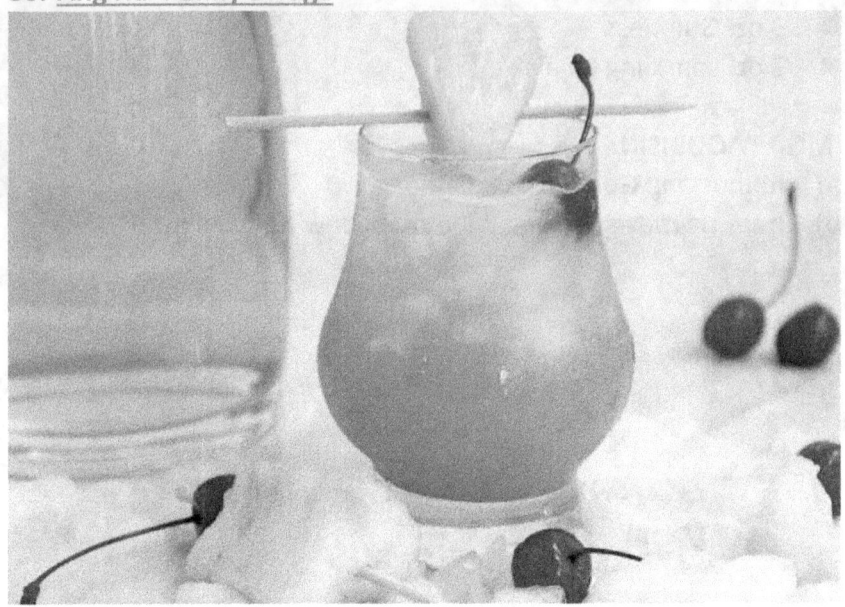

MGA INGREDIENTS:
- 1 oz. Smirnoff
- ½ oz. melon liqueur
- 2 oz. katas ng pinya
- 2 oz. orange juice
- GARNISH: orange quarter moon

MGA TAGUBILIN:
a) Pagsamahin ang lahat ng sangkap sa paghahalo ng baso.
b) Iling at salain sa sariwang yelo sa matataas na baso ng Collins. Palamutihan ng orange.

87. Campbell's Ginger

MGA INGREDIENTS:
- 1½ oz. Bushmills Black Bush Irish Whisky
- 4 oz. luyang alak
- GARNISH: lime wedge

MGA TAGUBILIN:
a) Magdagdag ng Bushmills Black Bush Irish Whiskey sa isang basong Collins na puno ng yelo.
b) Ibabaw sa ginger beer. Palamutihan ng lime wedge.

88. Klasikong Irish na kape

Gumagawa: 2 Servings

MGA INGREDIENTS:
- ¼ tasa ng pinalamig na whipping cream
- 3 kutsarita ng Asukal
- 1⅓ tasa ng mainit na matapang na kape
- 6 na kutsara (3 oz.) Irish whisky

MGA TAGUBILIN:

a) Ilagay ang whipping cream at 2 kutsarita ng asukal sa medium bowl. Haluin hanggang ang cream ay humawak ng matatag na mga taluktok. Palamigin ang cream hanggang 30 minuto.

b) Warm 2 Irish coffee glasses (maliit na glass mug na may mga hawakan) o heatproof stemmed na baso sa pamamagitan ng pagbuhos ng napakainit na tubig sa mga ito. Mabilis na matuyo.

c) Maglagay ng ½ kutsarita ng asukal sa bawat mainit na baso. Ibuhos ang mainit na kape at haluin para matunaw ang asukal. Magdagdag ng 3 kutsarang Irish whisky sa bawat isa. Sandok ng pinalamig na cream sa kape sa bawat baso at ihain.

89. Irish coffee-eggnog punch

Gumagawa: 3 Quarts

MGA INGREDIENTS:
- 2 quarts Refrigerated eggnog
- ⅓ tasa ng brown sugar; matibay na nakaimpake
- 3 kutsarang instant coffee granules
- ½ kutsarita ng kanela
- ½ kutsarita ng Nutmeg
- 1 tasang Irish whisky
- 1 quart Coffee ice cream
- Pinatamis na whipped cream
- Bagong gadgad na nutmeg

MGA TAGUBILIN:

a) Pagsamahin ang eggnog, brown sugar, instant coffee at spices sa isang malaking mixing bowl; talunin sa mababang bilis gamit ang isang electric mixer hanggang sa matunaw ang asukal.

b) Palamigin ng 15 minuto; haluin hanggang matunaw ang mga butil ng kape at ihalo sa whisky. Takpan at palamigin ng hindi bababa sa 1 oras.

c) Ibuhos sa punch bowl o mga indibidwal na tasa, na nag-iiwan ng sapat na puwang para sa ice cream.

d) Kutsara sa ice cream. Palamutihan ang bawat serving ayon sa gusto ng whipped cream at nutmeg.

90. Irish smoothie

Gumagawa ng: 1 Servings

MGA INGREDIENTS:
- ½ tasa ng Brandy
- ¾ tasa Irish Whisky
- 1 tasa ng pinatamis na condensed milk
- 2 tasang makapal na cream
- 2 kutsarang Chocolate syrup
- 1 kutsarang Instant na kape
- 1 kutsarita ng Vanilla
- 1 kutsarita ng almond extract

MGA TAGUBILIN:
a) Pagsamahin ang lahat ng mga sangkap sa blender; haluing mabuti.
b) Punan ang bote; takip. Mag-imbak sa refrigerator.

91. Kahlua Irish Coffee

MGA INGREDIENTS:
- 2 oz. Kahlua o coffee liqueur
- 2 oz. Irish Whisky
- 4 tasang mainit na kape
- 1/4 tasa Whipping cream, whipped

MGA TAGUBILIN:

a) Ibuhos ang kalahating onsa na liqueur ng kape sa bawat tasa. Magdagdag ng kalahating onsa ng Irish Whisky sa bawat isa

b) tasa . Ibuhos sa umuusok na bagong timplang mainit na kape, haluin. Kutsara ng dalawang heaping

c) kutsarang puno ng whipped cream sa ibabaw ng bawat isa. Ihain nang mainit, ngunit hindi masyadong mainit na mapapaso ang iyong mga labi.

92. Ang Irish Cappuccino ni Bailey

MGA INGREDIENTS:
- 3 oz. Ang Irish Cream ni Bailey
- 5 oz. Mainit na kape -
- Canned dessert topping
- 1 gitling Nutmeg

MGA TAGUBILIN:
a) Ibuhos ang Irish Cream ni Bailey sa isang coffee mug.
b) Punuin ng mainit na itim na kape. Itaas na may isang spray ng dessert topping.
c) Dust dessert topping na may gitling ng nutmeg

93. Magandang Matandang Irish

MGA INGREDIENTS:
- 1.5 ounces Irish Cream Liqueur
- 1.5 ounces Irish Whisky
- 1 tasang mainit na timplang kape
- 1 kutsarang whipped cream
- 1 dash ng nutmeg

MGA TAGUBILIN:
a) Sa isang coffee mug, pagsamahin ang Irish cream at The Irish Whisky.
b) Punan ang mug ng kape. Itaas na may isang maliit na piraso ng whipped cream.
c) Palamutihan ng isang sprinkle ng Nutmeg.

94. Bushmills Irish Coffee

MGA INGREDIENTS:
- 1 1/2 ounces Bushmills Irish whisky
- 1 kutsarita ng brown sugar (opsyonal)
- 1 gitling Crème de menthe, berde
- Extra Strong sariwang kape
- Whipped cream

MGA TAGUBILIN:
a) Ibuhos ang whisky sa Irish coffee cup at punuin ng kape hanggang 1/2 pulgada mula sa itaas. Magdagdag ng asukal sa panlasa at ihalo. Itaas na may whipped cream at drizzle crème de menthe sa itaas.
b) Isawsaw ang gilid ng tasa sa asukal upang mabalot ang gilid.

95. Black Irish Coffee

MGA INGREDIENTS:
- 1 tasa ng matapang na Kape
- 1 1/2 oz. Irish whisky
- 1 kutsarita ng Asukal
- 1 kutsarang Whipped cream

MGA TAGUBILIN:

a) Paghaluin ang kape, asukal, at whisky sa isang malaking microwavable na mug.

b) Microwave sa mataas na 1 hanggang 2 minutong minuto . Itaas na may whipped cream

c) Mag-ingat kapag umiinom, maaaring kailanganin ng ilang sandali upang palamig.

96. Creamy Irish Coffee

MGA INGREDIENTS:
- 1/3 tasa ng Irish Cream Liqueur
- 1 1/2 tasa ng Freshly Brewed Coffee
- 1/4 cup Heavy Cream, bahagyang pinatamis at pinalo

MGA TAGUBILIN:
a) Hatiin ang liqueur at kape sa 2 mug.
b) Itaas na may whipped cream.
c) maglingkod.

97. Old Fashioned Irish Coffee

MGA INGREDIENTS:
- 3/4 tasa ng Mainit na Tubig
- 2 Kutsarang Irish Whisky
- Dessert Topping
- 1 1/2 kutsarang Instant Coffee Crystals
- Brown Sugar sa Panlasa

MGA TAGUBILIN:
a) Pagsamahin ang tubig at instant coffee crystals. Microwave, walang takip, naka-on
b) 100% power mga 1 1/2 minuto o hanggang umuusok na mainit. Ihalo ang Irish whisky at brown sugar.

98. Kape ng Rum

MGA INGREDIENTS:
- 12 oz. Sariwang giniling na kape, mas mabuti ang chocolate mint, o Swiss chocolate
- 2 oz. O higit pa 151 Rum
- 1 Malaking scoop whipped cream
- 1 oz. Baileys Irish Cream
- 2 Kutsarang Chocolate syrup

MGA TAGUBILIN:
a) Sariwang giling ang kape.
b) Brew.
c) Sa isang malaking mug, ilagay ang 2+ oz. ng 151 rum sa ibaba.
d) Ibuhos ang mainit na kape sa mug 3/4 ng daan pataas.
e) Idagdag ang Bailey's Irish Cream.
f) Haluin.
g) Itaas ang sariwang whipped cream at ibuhos ang chocolate syrup.

99. Dublin Dream

MGA INGREDIENTS:
- 1 Kutsara Instant na kape
- 1 1/2 Kutsara Instant na mainit na tsokolate
- 1/2 oz. Irish cream liqueur
- 3/4 tasa ng tubig na kumukulo
- 1/4 tasa Whipped cream

MGA TAGUBILIN:

a) Sa isang Irish coffee glass, ilagay ang lahat ng sangkap maliban sa whipped cream.

b) Haluin hanggang maihalo, at palamutihan ng whipped cream.

100. Whisky Shooter

MGA INGREDIENTS:
- 1/2 tasa ng skim milk
- 1/2 tasa Plain low-fat yogurt
- 2 kutsarita ng Asukal
- 1 kutsarita ng instant coffee powder
- 1 kutsarita Irish whisky

MGA TAGUBILIN:
a) Ilagay ang lahat ng mga sangkap sa isang blender sa mababang bilis.
b) Haluin hanggang sa makita mo na ang iyong mga sangkap ay pinagsama sa isa't isa.
c) Gumamit ng matataas na shake glass para sa pagtatanghal.

KONGKLUSYON

Habang tinatapos namin ang aming masasarap na paglalakbay sa pamamagitan ng "ANG KUMPLETO NA GABAY SA IRISH LUTUIN," umaasa kaming naranasan mo ang kagalakan ng pag-master ng sining ng Irish cuisine at pagdadala ng init ng Ireland sa iyong mesa. Ang bawat recipe sa loob ng mga page na ito ay isang selebrasyon ng mga lasa, tradisyon, at kuwento na ginagawang isang culinary treasure ang pagluluto ng Irish—isang testamento sa pagiging simple, kasiglahan, at kaginhawaan na tumutukoy sa lutuin.

mo man ang sagana ng Irish stew, tinanggap ang creaminess ng colcannon, o natuwa sa kontemporaryong seafood at mga dessert, nagtitiwala kami na ang mga recipe na ito ay nagdulot ng iyong sigasig sa pagluluto ng Irish. Higit pa sa mga sangkap at diskarte, nawa'y maging mapagkukunan ng koneksyon, pagdiriwang, at pagmamahal sa mga lasa na pinagsasama-sama ng mga tao ang konsepto ng pag-master ng sining ng lutuing Irish.

Habang patuloy mong ginalugad ang mundo ng pagluluto ng Irish, nawa'y ang "ANG KUMPLETO NA GABAY SA IRISH LUTUIN" ang iyong pinagkakatiwalaang kasama, na gagabay sa iyo sa iba't ibang pagkain na nakakakuha ng esensya ng Ireland. Narito ang pagtikim ng masaganang tapiserya ng mga Irish na lasa, pagbabahagi ng mga pagkain sa mga mahal sa buhay, at pagtanggap sa mga nakakapanatag na tradisyon na ginagawang tunay na espesyal ang lutuing Irish. Sláinte !

www.ingramcontent.com/pod-product-compliance
Lightning Source LLC
Chambersburg PA
CBHW071326110526
44591CB00010B/1044